കഥാനവകം

മലയാളത്തിന്റെ ഇഷ്ട കഥകൾ

സുസ്മേഷ് ചന്ത്രോത്ത്

കഥാനവകം

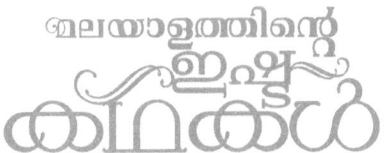

മലയാളത്തിന്റെ ഇഷ്ട കഥകൾ

സുസ്മേഷ് ചന്ത്രോത്ത്

ഗ്രീൻ ബുക്സ്

green books private limited
gb building, civil lane road, ayyanthole,
thrissur- 680 003, kerala, ph: +91 487-2381066, 2381039
website: www. greenbooksindia. com
e-mail: info@greenbooksindia. com

malayalam
kathanavakam
malayalathinte ishtakathakal
story
by
susmesh chandroth

first published september 2017
copyright reserved

cover design : rajesh chalode

branches:
thrissur 0487-2422515
palakkad 0491-2546162
thiruvananthapuram 0471-2335301
calicut 0495 4854662
kannur 0497-2763038

isbn : 978-93-86440-92-1

---

no part of this publication may be reproduced,
or transmitted in any form or by any means,
without prior written permission of the publisher.

GBPL/957/2017

മുഖക്കുറി

ഗ്രീൻബുക്സ് പ്രസിദ്ധീകരിച്ച മലയാളത്തിന്റെ സുവർണകഥകൾക്ക് വായനക്കാരിൽ വലിയ സ്വാധീനമുണർത്താൻ കഴിഞ്ഞു. കേരളത്തിലെ നവോത്ഥാന കാലഘട്ടത്തിലേയും ആധുനിക കാലഘട്ടത്തിലേയും എഴുത്തുകാരെയാണ് സുവർണകഥകൾ പ്രതിനിധീകരിക്കുന്നതെങ്കിൽ 'ഇഷ്ടകഥ'കളിൽ അണിനിരക്കുന്നത് നവോത്ഥാനാന്തര കാലഘട്ടത്തിലെ കഥയെഴുത്തുകാരാണ്. കഥയ്ക്ക് ഒരു സാർവദേശീയ ഭാഷയുണ്ട്. എവിടെയുമുള്ള മനുഷ്യരോടും അത് ദേശാതിരുകൾക്കപ്പുറത്ത് സംസാരിക്കുന്നു. തന്റെ ചിന്തകളെ കഥാപരമായി രൂപപ്പെടുത്തുക എന്ന അറിവാണ് കഥയെഴുത്തിന്റെ രസതന്ത്രം. നല്ല കഥയെ കണ്ടെത്താൻ സാമാന്യ ബുദ്ധി മതിയാകും. അതിൽ സ്പഷ്ടമായ വിധം തെളിഞ്ഞ ചിന്തയുമുണ്ടാകും. സുവർണകഥകളും ഇഷ്ടകഥകളും കഥയെഴുത്തിന്റെ ഈടുറ്റ വഴികളെ പ്രഖ്യാപിക്കുകയും ഭാഷയിൽ കഥയുടെ വഴി വെട്ടിത്തെളിയിക്കുകയും ചെയ്യുന്നു.

കൃഷ്ണദാസ്
മാനേജിങ് എഡിറ്റർ

വിഹിതാവിഹിതങ്ങ,ളോർത്തയേ
മഹിതം സ്നേഹമഹോ! മറക്കൊലാ;
ഇഹ ധർമ്മരഹസ്യമന്തരാ
നിഹിതം നിത്യവിഭിന്നമാം നയം

- ലീല / കുമാരനാശാൻ

കഥയും ഞാനും
സുസ്മേഷ് ചന്ത്രോത്ത്

എഴുത്ത് എന്നത് ആത്മസാക്ഷാത്കാരത്തിനെന്നതിനുപരി യായി സാമൂഹികപരിവർത്തനത്തിനുതകുന്നതാകണം എന്ന നിലയിലേക്ക് എഴുത്തുകാരെ മാറ്റിച്ചിന്തിപ്പിക്കുന്ന കാലത്തിരുന്നാണ് ഇന്ന് ഓരോ പുസ്തകവും എഴുത്തുകാരൻ രൂപപ്പെടുത്തുന്നത്. കലയുടെ ഉദ്ദേശ്യത്തിന് കൂടുതൽ കരുതൽ കൊടുക്കേണ്ടതായി വന്നിരിക്കുന്നു. ആരൊരാൾ അലസമായി രചന നടത്തുന്നുവോ അയാൾ സമൂഹത്തോടും ജനതയോടും വിശ്വാസവഞ്ചന കാണിക്കുന്നവനായി കരുതാവുന്ന കാലമാണിത്.

അയൽസംസ്ഥാനങ്ങളിലെ സ്ഥിതിയോടുപമിക്കാവുന്ന വിധത്തിൽ നമ്മുടെ ഇന്ത്യയിലും സ്വന്തം അഭിപ്രായങ്ങളും മതേതരജനാധിപത്യബോധ്യങ്ങളും ഉച്ചത്തിൽ പറയാൻ സാധിക്കാത്തവിധം മതവർഗ്ഗീയശക്തികളുടെ തീവ്രമായ ഇടപെടലുകൾ ശക്തമായി മാറിയിരിക്കുന്നു. ജനതയുടെ ആവിഷ്കാര സ്വാതന്ത്ര്യത്തിന് പരിധിയും പരമിതിയും വിധിക്കുന്ന ഭരണകൂടത്തിന്റെ നാൾക്കുനാൾ ശക്തിപ്പെടുന്ന വലുപ്പം നാം കാണാതിരുന്നുകൂടാ. ഈ സാഹചര്യത്തിൽ ഉച്ചരിക്കപ്പെടുന്ന ഓരോ വാക്കും ബോധ്യത്തോടെയായിരിക്കേണ്ടതുണ്ട്. സത്യം വിളിച്ചുപറഞ്ഞാൽ നിങ്ങൾക്കെതിരേയും ഒരു തോക്ക് തിരിഞ്ഞേക്കാം. ആശയങ്ങളോട് വെടിയുണ്ടകൾകൊണ്ട് മറുപടി പറയുന്ന ഭീരുക്കളുടെ രാജ്യത്ത് ആശയപ്രകാശനത്തിനോ ആശയസംവാദത്തിനോ ആദരവും സ്ഥാനവും കിട്ടണമെന്നില്ല. അവിടെ സർഗ്ഗാത്മകത എന്നത് കഴുത്തു ഞെരിക്കപ്പെട്ട് കൊല്ലപ്പെട്ടേക്കാവുന്ന ഒരു പറവയായി തീർന്നേക്കാം. എന്നാലും ആ പറവയുടെ കുതിക്കലിന് കാത്തിരിക്കുന്ന ഭൂരിപക്ഷത്തിന്റെ ഹതാശമായ മിഴികളെ കലാകാരൻ കാണാതിരുന്നുകൂടാ.

എന്നെ സംബന്ധിച്ച് എഴുത്തിലെ വഴിത്തിരിവിന്റെ ഒരു കാലഘട്ടം കൂടിയാണിത്. നിർഭാഗ്യവശാൽ അത്തരം രചനകളുടെ

ഒരു സമാഹാരമല്ല ഇതെങ്കിലും ഇതിലെ കഥകൾ വായനക്കാരോട് പുതിയ കാലത്തുനിന്നുകൊണ്ട് ചിലത് സംവദിക്കും എന്നുതന്നെയാണ് എന്റെ പ്രതീക്ഷ. അംഗീകാരങ്ങൾക്കോ പദവികൾക്കോ നിരൂപകമാധ്യമപ്രശംസകൾക്കോ പൊതു വേദികളിലെ ഇരിപ്പിടങ്ങൾക്കോ വേണ്ടി ജീവിക്കുകയും കലാ പ്രവർത്തനം നടത്തുകയും ചെയ്യാത്ത എന്നെ സംബന്ധിച്ച് ഈ കുറിപ്പുപോലും ഒരു പുസ്തകത്തിന് അനാവശ്യമാണ്. പക്ഷേ വെടിയുണ്ടകളുടെ ഭാരവും തോക്കുകളുടെ നിഴലുകളും വാമൂടാൻ കാത്തിരിക്കുന്ന ഫാസിസ്റ്റ് ശക്തികളുടെ നെടുങ്കോട്ടയും ഇത്രയും പറയിപ്പിക്കുന്നു. എഴുതിപ്പിക്കുന്നു. തീർച്ചയായും രസിപ്പിക്കാനല്ല, നിങ്ങളെ പ്രകോപിപ്പിക്കാൻ തന്നെയാണ് ചിന്തിക്കുന്നതും ഇടപെടുന്നതും എഴുതുന്നതും. നിങ്ങളെ തരിമ്പും പ്രകോപിപ്പിക്കുന്നില്ലെങ്കിൽ എന്റെ കഥകളെ വലിച്ചെറിയുക.

സമൂഹത്തോടും വായനക്കാരോടുമുള്ള നിസ്സീമമായ കടപ്പാടും സ്നേഹവും ആദരവോടെ, വിനയത്തോടെ പങ്കുവയ്ക്കട്ടെ. ∎

കഥകൾ

സംഹിതയുടെ കത്ത് 13
പിതാവും പുത്രിയും 22
തരംഗിണി സംഗീതസഭ 33
മാംസഭുക്കുകൾ 43
പുരുഷജന്മം 53
കുടുംബശ്രീ 63
കപ്പ 74
വൈഭവം 85
മത്തങ്ങാവിത്തുകളുടെ വിലാപം 94

സംഹിതയുടെ കത്ത്

പ്രിയപ്പെട്ട അച്ഛനും അമ്മയ്ക്കും,

ഇങ്ങനെയൊരു ഇ-മെയിൽ,അതും പത്തൊമ്പതാമത്തെ വയസ്സിൽ ഒന്നിച്ചുതാമസിച്ചുകൊണ്ടിരിക്കുന്ന അച്ഛനുമമ്മയ്ക്കും എഴുതുന്നത് എത്രത്തോളം ശരിയാണെന്ന് എനിക്കു സംശയമുണ്ട്. എന്നിരുന്നാലും എഴുതാതെ വയ്യ. ഒന്നാലോചിച്ചാൽ നേരേ പറയാവുന്നതേയുള്ളൂ. പക്ഷേ ഞാനാഗ്രഹിക്കുന്നത് നിങ്ങളിത് വെവ്വേറെ നേരങ്ങളിൽ തനിയെ അറിയണമെന്നാണ്. രണ്ടാളുടേയും ജോലി സമയത്തു തന്നെയായിരിക്കുമല്ലോ മിക്കവാറും ഇന്നുതന്നെ ഇതിന്റെ വായന. അതാണെനിക്കിഷ്ടം. വീട്ടിലെത്തിയാലും ഇതേപ്പറ്റി നമ്മൾ മൂവരും ഉച്ചത്തിലോ അമർഷത്തിലോ സങ്കടത്തിലോ സംസാരിക്കുകയൊന്നും വേണ്ട. അങ്ങനെയൊരു നിബന്ധനകൂടി ഇതിനോടൊപ്പമുണ്ട്. എന്നോട് ഇപ്പോഴുള്ള സ്നേഹം ദൈവത്തോളം സത്യമെങ്കിൽ മറക്കാതെയത് പാലിക്കണേ.

എല്ലാ പ്രവൃത്തിദിവസങ്ങളിലും വൈകുന്നേരം ഏഴുമണിക്കുശേഷം നമ്മൾ വീട്ടിലുണ്ടാകാറുണ്ട്. ടെലിവിഷൻ കാണുന്നതും ഭക്ഷണം വയ്ക്കുന്നതും ചെറിയ പല ജോലികളും ചെയ്യുന്നതും അപ്പോഴാണല്ലോ. പിറ്റേദിവസത്തേക്കുള്ള ഞങ്ങളുടെ വസ്ത്രങ്ങൾ അമ്മ ഇസ്തിരിയിടുമ്പോൾ അച്ഛനും ഞാനും അമ്മയോട് പലവിഷയങ്ങളും സംസാരിക്കുന്നതും അതേ നേരത്തുതന്നെ. എന്നിരുന്നാലും ഇങ്ങനെയൊരു വിഷയം നേരിട്ടു സംസാരിക്കുന്നതിന് പരമാവധി അനുകൂലമായ സാഹചര്യം നമ്മുടെ വീട്ടിലുണ്ടെന്ന് എനിക്കറിയാഞ്ഞിട്ടല്ല. അതല്ലെങ്കിൽ ശനിയാഴ്ചകളും ഞായറാഴ്ചകളും തീർച്ചയായും കിട്ടും. അമ്മയ്ക്ക് കേന്ദ്രസർക്കാർ അനുവദിച്ചുതന്നിട്ടുള്ള അവധിയുടെ ആനുകൂല്യത്തിൽ ശനിയും ഞായറും സ്കൂൾകുട്ടികളെപ്പോലെ ആസ്വദിക്കുന്നത് ഞാൻ കാണുന്നതാണല്ലോ. അച്ഛന് ഞായറാഴ്ച മാത്രമേ ഒഴിവുള്ളൂവെങ്കിലും അത് പൂർണമായും കുടുംബത്തോടൊപ്പമായിരിക്കാൻ, അല്ലെങ്കിൽ വീട് നൽകുന്ന പൂർണമായ സുരക്ഷിതത്വത്തിൽ വിശ്രമിക്കാൻ ശ്രമിക്കുന്ന ആളുമാണ്. ആയതിനാൽ വീട്ടിനുള്ളിൽ മാതാപിതാക്കളെ നഷ്ടപ്പെടുന്ന കുട്ടിയേ അല്ല ഞാനെന്ന് ഉറപ്പിച്ചുപറയാം. മാത്രവുമല്ല, എന്റെ

ക്ലാസിലെ മറ്റു പെൺകുട്ടികളെക്കാളും തുറന്നുസംസാരിക്കുന്നതിനും ഇടപെടുന്നതിനും സ്വാതന്ത്ര്യം കിട്ടിയിട്ടുമുള്ള ഒരാളുമാണ്. എങ്കിലും പറയാൻ പോകുന്ന കാര്യം പച്ചയ്ക്ക് നേരിട്ടുപറയാൻ വയ്യ. നാണമാണോ അതോ നിങ്ങളിരുവരുടേയും മുഖത്ത് തെളിയുന്ന ജാള്യമാണോ അതിനേക്കാളുപരി തീർച്ചയായും എന്നിലും നിങ്ങളിലുമുണ്ടാകാനിടയുള്ള വേദനയാണോ നേരിട്ടു പറയുന്നതിൽനിന്നും എന്നെ പിന്തിരിപ്പിക്കുന്നതെന്നറിയില്ല.

മുഖ്യമായും അമ്മയോടാണ് മെയിലിലെ വിഷയം പങ്കുവയ്ക്കാനുള്ളത്. കാരണം നാളിതുവരെ അമ്മയുടെ ജീവിതം കണ്ടാണ് ഒരു പെൺകുട്ടിയെന്ന നിലയിൽ ഞാൻ വളർന്നിട്ടുള്ളത്. ഒരേവീട്ടിലെ പലേ ചുമരുകളിലും പതിച്ചിട്ടുള്ള ദർപ്പണം പോലെയായിരുന്നു നമ്മളെന്നാണ് ഞാൻ വിചാരിക്കുന്നത്. അപ്പോൾ തീർച്ചയായും ഞാൻ സ്വാംശീകരിച്ചിട്ടുള്ള ജീവിതമെന്നതും അമ്മയുടേതുതന്നെയാണ്. അതിലൊന്നും ഒരു തകരാറും കാണാൻ ഇന്നുവരെ എനിക്കുകഴിഞ്ഞിട്ടുമില്ല.

എന്റെ വിലയിരുത്തലിൽ അമ്മ മിടുക്കുള്ള ഒരു സ്ത്രീയാണ്. അമ്മയ്ക്ക് അമ്മയെ സംരക്ഷിക്കാനറിയാം. ഓഫീസും വീടും കൃത്യമായും സുരക്ഷിതമായും നിലനിർത്താനറിയാം. അമ്മയ്ക്ക് അമ്മയുടെ സൗന്ദര്യത്തെക്കുറിച്ചറിയാം. അമ്മയ്ക്ക് തന്റെ ഭർത്താവിനേയും സമൂഹത്തേയും കുറിച്ച് വ്യക്തമായി അറിയാം. അമ്മയ്ക്ക് തന്റെ മകൾ വളരേണ്ടതെങ്ങനെയെന്നും വളർത്തേണ്ടതെങ്ങനെയെന്നും അറിയാം. ശരിക്കും പറഞ്ഞാൽ നമ്മുടെ സാമൂഹ്യസാഹചര്യത്തിൽ ഒരു പെൺകുഞ്ഞ് വളർന്ന് അഥവാ വളർത്തി പഠിച്ചു ഉദ്യോഗം നേടി വിവാഹം കഴിച്ച് കുഞ്ഞിനേയും സൃഷ്ടിച്ച് കുടുംബിനിയായി കഴിയുന്നതിന്റെ യഥാർത്ഥചിത്രം അമ്മയിൽ കണ്ടെത്താൻ, എന്നും കാണുന്ന എനിക്കു മാത്രമല്ല മറ്റാർക്കും കഴിയും. പറയാനുള്ള വിഷയത്തിലേക്ക് ഏകദേശം ഞാനെത്തിത്തുടങ്ങിയെന്നു തോന്നുന്നു. പറഞ്ഞുവന്നത് പൂർത്തിയാക്കട്ടെ.

കഴിഞ്ഞകൊല്ലം ഞങ്ങളുടെ വിദ്യാലയത്തിൽ ലണ്ടനിലെ സ്കൂളിലെ കുറച്ച് അധ്യാപകർ വന്നിരുന്നതായി അമ്മയോടു പറഞ്ഞിരുന്നല്ലോ. 'വ്യക്തിയെന്ന നിലയിൽ മാതാപിതാക്കൾ നിങ്ങളിൽ ചെലുത്തുന്ന സ്വാധീനം' എന്നൊരു വിഷയം അവർ ഞങ്ങൾക്ക് തന്നിരുന്നു. അരമണിക്കൂറിനുള്ളിൽ തോന്നുന്നത് എഴുതാനായിരുന്നു ആവശ്യപ്പെട്ടത്. ഒരുപക്ഷേ ഞാനായിരിക്കണം അമ്മേ,ഏറ്റവും കൂടുതൽനേരം തുടർച്ചയായി എഴുതിക്കൊണ്ടിരുന്നത്. എനിക്ക് അമ്മയെപ്പറ്റി, അച്ഛനെപ്പറ്റി, രണ്ടാളും ഏകമകളെന്ന നിലയിൽ എനിക്കു നൽകിവരുന്ന കരുതലിനെപ്പറ്റി, സ്നേഹത്തെപ്പറ്റി, സാമ്പത്തികമായ കരുതലിനെപ്പറ്റി, എന്റെ പ്രസന്നമായ വിദ്യാഭ്യാസകാലത്തെപ്പറ്റി എല്ലാം ഏറെക്കുറെ വാചാലമായി എഴുതാനുണ്ടായിരുന്നു. അതിലെ ഒരു കാര്യം-അമ്മയോട് ഇതെല്ലാം വീട്ടിൽവന്നു പറഞ്ഞപ്പോഴും ഒളിപ്പിച്ചുപിടിച്ച ഒരു വരി-

അതെന്തായിരുന്നുവെന്നോ, അതാണിനി പറയാൻ പോകുന്നത്. അമ്മയെപ്പോലെ സമർത്ഥയാകാൻ ജീവിതത്തിലും ഞാനാഗ്രഹിക്കുന്നു എന്നായിരുന്നു അത്. മുഖസ്തുതിയും പൊങ്ങച്ചവും തീരെ സഹിക്കാത്ത അമ്മയോട് അതുപറയാനുള്ള ധൈര്യമെനിക്കുണ്ടായിരുന്നില്ല.

അന്നത് അമ്മയോടു പറയാതിരുന്നത് ഇന്ന് വെളിപ്പെടുത്താൻ പോകുന്ന ഈ കത്തിലെ വിഷയവുമായി ഏതെങ്കിലും തരത്തിൽ അന്വേബന്ധമുണ്ടായതുകൊണ്ടല്ല എന്ന് എനിക്കിപ്പോൾ പറയാൻ സാധിക്കും. അന്നത് പറയാതിരുന്നത് സ്വതേ എപ്പോഴുമെന്നെ കുട്ടിയായി കാണുന്ന അമ്മ അതോടെ പ്രായപൂർത്തിയെത്തിയ മകളായി എന്നെ പരിഗണിക്കാൻ തുടങ്ങുമെന്നും എന്നെക്കുറിച്ചുള്ള സ്വപ്നങ്ങളുടെ അടുത്ത പടിയിലേക്ക് ആഹ്ലാദത്തോടെ പ്രവേശിക്കുമെന്നും തീർച്ചയായും ഭയന്നിട്ടായിരുന്നു. കുറച്ചുകൂടി നേരെപറഞ്ഞാൽ, 'അമ്മയെപ്പോല സമർത്ഥയാകാൻ ഞാനാഗ്രഹിക്കുന്നു' എന്നു പറഞ്ഞതായി അറിഞ്ഞാൽ വളരെ വേഗം ഞാൻ മുതിർന്നതായി അമ്മ മനസ്സിലാക്കുമെന്നും എന്റെ ഭാവിയിലേക്കുതന്നെ ശ്രദ്ധയൂന്നുമെന്നും വലുതായി ഭയന്നിരുന്നു.

എന്റെ മേലുള്ള അമ്മയുടെ ശ്രദ്ധയെന്നത് എന്താണെന്നും ഒരു സംശയവുമില്ലാതെ പറയാം. അത് പഠനം കഴിഞ്ഞുള്ള ജോലിനേടലും അതിനുശേഷമുള്ള എന്റെ വിവാഹവും തന്നെയാണ്. അതിലെനിക്ക് അമ്മയെ കുറ്റപ്പെടുത്താനാവില്ല. കാരണം, അമ്മ കുടുംബത്തെ മറന്ന് ജീവിക്കുന്നത് ഒരു നിമിഷംപോലും ഞാൻ കണ്ടിട്ടില്ല.

എന്റെ ഓർമയിൽ അമ്മ ആശുപത്രിയിൽ കിടന്നിട്ടില്ല. അച്ഛൻ അദ്ഭുതത്തോടെ പറയുന്നതുപ്രകാരമാണെങ്കിൽ ആഗസ്റ്റ്മാസം പതിന്നാലാം തിയതി വൈകുന്നേരം ആറരയോടെ പ്രസവിക്കാനായി പ്രവേശിക്കുകയും രണ്ടരദിവസം കഴിഞ്ഞ് എന്നേയും കൈയിലെടുത്ത് ആശുപത്രിയിൽ നിന്നിറങ്ങിവരികയും ചെയ്തിട്ടുള്ളതൊഴിച്ചാൽ അമ്മ അമ്മയ്ക്കായി അത്തരം സ്ഥലങ്ങളിലേക്കൊന്നും പോയിട്ടില്ല. കാരണം, കിടന്നുപോകരുതെന്ന് അമ്മയെന്നും ശരീരത്തോടു ശാസിച്ചിരുന്നു. അതിരാവിലെ അഞ്ചുമണിക്ക് അമ്മയുണരുന്ന ശീലത്തിന് ഇത്രനാളായിട്ടും മാറ്റം വന്നിട്ടുണ്ടെന്ന് ഞാൻ വിശ്വസിക്കുന്നില്ല. കാരണം അമ്മയ്ക്ക് എന്നും ഉറങ്ങിക്കിടക്കുന്ന അച്ഛനെ കാണണമായിരുന്നു. എന്നെ കാണണമായിരുന്നു. അമ്മയുടെ കൈവേഗതയിൽ കണിശം മാത്രമേയുണ്ടായിരുന്നുള്ളൂ. എല്ലാത്തിനും കാരണം ലളിതമാണ്.

അമ്മ തന്നെക്കാളധികമായി വീടിനേയും ഭർത്താവിനേയും മകളേയും വരാൻ പോകുന്ന അമ്മയുടെ മരുമകനേയും സ്നേഹിക്കുന്നു. അത് അടിയിൽ മറഞ്ഞുകിടക്കുകയാണ് തൽക്കാലം. പക്ഷേ ഈ വീട്ടിൽ ഒരു മരുമകനും വളരുന്നുണ്ട്. അയാൾക്കായും ഒരു മുറി ഈ വീട്ടിലുണ്ട്. അത്താഴത്തിനായി ഇരിക്കുമ്പോൾ ഒരു തളിക അയാൾക്കായും അമ്മ നിശ്ശബ്ദം മാറ്റിവയ്ക്കുന്നുണ്ട്. അതായത് ഇപ്പോഴിപ്പോഴായി ഞാൻ മനസ്സിലാക്കുന്നത് ഇതാണ്. അമ്മ തികച്ചും ഇന്നു

കാണുന്ന അമ്മയായിരിക്കുന്നത് അമ്മയുടെ വിചാരങ്ങൾ തുല്യനിലയിൽ സാക്ഷാത്കരിച്ചതിനുശേഷം സന്തോഷപൂർവ്വം മരിച്ചുപോകുന്നതിനാണ്. അങ്ങനെയാണെന്ന് വസ്തുതകളിലൂടെ മനസ്സിലാക്കിയ നിമിഷത്തിലാണ് എന്നെയും ഞാൻ തിരിച്ചറിയാൻ തുടങ്ങിയത്. അതിനെക്കുറിച്ചാണെനിക്ക് അമ്മയോടും അച്ഛനോടും ഇനി പറയാനുള്ളതും.

ഞാൻ ആരാണ്?

പത്തൊമ്പതുവയസ്സുള്ള ഒരു വിദ്യാർത്ഥിനി എന്നു ഔപചാരികമായി പരിചയപ്പെടുത്താം. അല്ലെങ്കിൽ വീട്ടുപേരും അച്ഛന്റേയും അമ്മയുടേയും പേരും നിങ്ങളുടെ ഉദ്യോഗപ്പേരും പറഞ്ഞ് സാങ്കേതികമായി സ്ഥിരപ്പെടുത്താം. എന്നാൽ തികച്ചും അത്രമാത്രമാണോ ഞാൻ?

അല്ല അമ്മേ. ഒട്ടുമേയല്ല പ്രിയപ്പെട്ട അച്ഛാ.

ഈ ജന്മം ഉറപ്പായിട്ടും അമ്മയെപ്പോലെ ആകാൻ പോകുന്ന ഒരാളേയല്ല ഞാൻ. ലണ്ടൻ സ്കൂളിലെ അധ്യാപകർ വന്നപ്പോൾ അവരാവശ്യപ്പെട്ട വിഷയത്തിന് ഉത്തരമെഴുതുമ്പോൾ കാണിച്ച അതേ സത്യസന്ധതയോടെയാണ് ഞാനിത് മാറ്റിപ്പറയുന്നത്. അമ്മയെപ്പോലെ സമർത്ഥയാകാൻ ഞാനിപ്പോൾ ആഗ്രഹിക്കുന്നില്ല എന്നതാണ് മാസങ്ങളുടെ വളർച്ചയെത്തിയ ആ പച്ചപ്പരമാർത്ഥം.

തീർച്ചയായും നമ്മുടെ കുടുംബത്തിൽ അച്ഛനും ആദരണീയനാണ്. കണ്ടുതുടങ്ങിയകാലം മുതൽ തന്റെ ഉത്തരവാദിത്വങ്ങളിൽ തെല്ലും മായം കലർത്താത്ത മാന്യനാണ് എന്റെ അച്ഛൻ. അമ്മയെപ്പറ്റി ഒരുപാട് ഞാനെഴുതിയതിന് അർത്ഥം അച്ഛൻ എന്നെ സംബന്ധിച്ച് നിസ്സാരനാണെന്നല്ല. എങ്ങനെയാണ് ആൺകുട്ടികളോട് സൗഹൃദം വയ്ക്കുന്നതെന്നും എങ്ങനെയാണ് സ്ത്രീയിൽനിന്നും പുരുഷൻ വേറിട്ട ആളാവുന്നതെന്നും ഞാൻ മനസ്സിലാക്കിയിട്ടുള്ളത് എന്റെ അച്ഛനിൽനിന്നുമാണ്.

ഇടത്തേ ചെവിത്താടയും വലത്തേ ചെവിത്താടയും മാറിമാറി വലിച്ചുപിടിച്ചുകൊണ്ടുള്ള വെറും വെള്ളം മാത്രം തേച്ചിട്ടുള്ള മുഖക്ഷൗരം, ചുണ്ടനക്കിയുള്ള പത്രവായന, വലത്തേ മുഷ്ടി ചുരുട്ടിയിട്ട് ചൂണ്ടുവിരൽ മാത്രം മുന്നോട്ടുനീക്കിവച്ചുള്ള വാർത്താവലോകനം, കയ്പ് തിന്നാൻ പോകുന്ന മുഖഭാവത്തിന്റെ കേളികൊട്ടോടെയുള്ള രുചി പരിശോധനയും രുചി ആസ്വദിച്ചശേഷമുള്ള തെളിഞ്ഞ ചിരിയും. (വിളിച്ചിട്ട് അടുത്തു ചെല്ലുമ്പോഴോ അല്ലെങ്കിൽ അച്ഛനടുത്തേക്കു ചെന്നിട്ടോ അമ്മ നീട്ടുന്ന തവിയിൽനിന്നും ഒരു തുള്ളി കറിച്ചാറിന്റെ പരിശോധന.) മൊബൈൽ ഫോണിലെ പുതിയ ആപ്ലിക്കേഷൻസ് പഠിക്കാനുള്ള വ്യഗ്രത, വീട്ടിലെ വൈദ്യുതവാഹികളും ജലവാഹികളും നന്നാക്കാനെത്തുന്ന തൊഴിലാളികളോട് ഇടപെടുന്ന രീതികൾ, സ്കൂളിൽ വരേണ്ടിവരുമ്പോൾ ഞങ്ങളുടെ അധ്യാപകരോട് ആകർഷകമായി സംസാരിക്കുന്ന ശൈലി. അങ്ങനെ എണ്ണിപ്പറഞ്ഞാൽ തീരാത്തത്രയും ഇഷ്ടങ്ങൾ അച്ഛനിൽ

എനിക്കുണ്ട്. അതുകൊണ്ടുതന്നെ ജീവിതപങ്കാളിയെപ്പറ്റി യാതൊരു ഉത്കണ്ഠയും വച്ചുപുലർത്തേണ്ടാത്ത ഒരാളുമാണ് ഇവൾ. എങ്കിലും പറയട്ടെ, ഭാവിയിലൊരു ഭർത്താവിനെ ജീവിതത്തിൽ പങ്കിടേണ്ടിവരുന്നതിനോട് ഞാൻ ഇന്നേ വിയോജിക്കുന്നു. പറഞ്ഞുവന്നത് അതുമാത്രമാണ്. വിവാഹജീവിതത്തിന് ഒരുകാരണവശാലും ദയവായി രണ്ടാളുമെന്നെ നിർബന്ധിക്കരുത്.

എനിക്കറിയാം. ഇതു വായിച്ച നിമിഷം അമ്മയും അച്ഛനും വല്ലാതെ നടുങ്ങിയിട്ടുണ്ടാവും. എന്റെ മുഖം നിങ്ങളുടെ മനസ്സിൽ തെളിഞ്ഞുകാണും. ആരോടുമായിട്ടല്ലാതെ വല്ല ചില്ലറവാക്കുകളും നിങ്ങൾ തനിയെ ഉച്ചരിച്ചിട്ടുമുണ്ടാവും. സാരമില്ല. ഞാനെഴുതിയിരിക്കുന്നത് ബാക്കികൂടി വായിക്കൂ.

കുറച്ചുനാളുകളായി എന്റെ ഗാഢമായ ചിന്ത ഇതുമാത്രമാണ്. എന്നു കരുതി ഞാൻ പഠിക്കുന്നില്ലെന്നോ മറ്റേതെങ്കിലും ഉത്തരവാദിത്വങ്ങളിൽ അലസത കാണിക്കുന്നുണ്ടെന്നോ അല്ല. ഇപ്പോൾ ഞാനിങ്ങനെയും ഗൗരവത്തോടെ ചിന്തിച്ചുതുടങ്ങിയിരിക്കുന്നു എന്നുമാത്രം. അമ്മയെ നിരീക്ഷിക്കുമ്പോൾ, അച്ഛനെ നിരീക്ഷിക്കുമ്പോൾ, നമ്മുടെ കുടുംബത്തെ നിരീക്ഷിക്കുമ്പോൾ അയൽവക്കത്തെ കുടുംബങ്ങളെ നിരീക്ഷിക്കുമ്പോൾ സമൂഹത്തെ വിലയിരുത്തുമ്പോഴെല്ലാം ഞാനിത് കൂടുതൽ വ്യക്തതയോടെ മനസ്സിലാക്കുന്നു. ഒരുകാലത്തും വിവാഹം വ്യക്തിക്ക് ആവശ്യമില്ല. മനുഷ്യരും പ്രകൃതിയിലെ ഇതരജീവജാലങ്ങളെയാണ് പിന്തുടരേണ്ടത്.

എനിക്കറിയാം. എന്നെപ്പോലൊരു പെൺകുട്ടി ഇങ്ങനെ പറയുമ്പോൾ സമൂഹം ആദ്യം സംശയിക്കുന്നത് എന്റെ സദാചാരവിശ്വാസത്തെയായിരിക്കും. പിന്നെ എന്റെ സാമൂഹ്യജീവിതപശ്ചാത്തലത്തേയും. എന്തു പറയാനാണ് അതേപ്പറ്റിയൊക്കെ? നിങ്ങൾക്കിരുവർക്കും അറിയാത്ത ഒരു രഹസ്യവും നാളിതുവരെ എന്റെ ജീവിതത്തിലുണ്ടായിട്ടില്ല. ഇതിനകം കിട്ടിയ പ്രണയാഭ്യർത്ഥനകളും വിവാഹാഭ്യർത്ഥനകളും ഡേറ്റിംഗിനുള്ള ക്ഷണങ്ങളും അമ്മയോടു ഞാൻ പറഞ്ഞിട്ടുണ്ട്. ഞങ്ങളിൽ ചിലർ ഡാൻസ് ബാറിൽ പോയതും പബ്ബുകളിൽ പോയതും അമ്മയോടും അച്ഛനോടും പറഞ്ഞിട്ടാണ്. ഈ വർഷം ബൈക്കുപയോഗിക്കുന്ന സഹപാഠികളുടെ കൂടെ നഗരത്തിൽ ചുറ്റിയിട്ടുള്ളതും ഞാൻ വീട്ടിൽവന്നു പറഞ്ഞിട്ടുണ്ട്. ഒന്നിച്ചെടുത്ത 'സെൽഫി'കൾ കാണിച്ചിട്ടുമുണ്ട്. അവരിലൊന്നും ഒരുതരത്തിലും ആകൃഷ്ടയാവാൻ, ശാരീരികമായോ മാനസികമായോ എനിക്കിതുവരെ കഴിഞ്ഞിട്ടുമില്ല. ഒരാണിനോടുപോലും അല്പംപോലും മമതയോ വൈയക്തികമായ സ്നേഹമോ ഉണ്ടായിട്ടില്ല. ഉണ്ടായിട്ടുള്ളത് സൗഹൃദം മാത്രമാണ്. ആണെന്നോ പെണ്ണെന്നോ വേറിട്ടുതോന്നാത്ത ശുദ്ധസൗഹൃദം. അല്ലെങ്കിൽ സഹതാപം കലർന്ന ഒരുതരം സ്നേഹം. അതെന്തിനാണ് പെരുമാറ്റത്തിൽ അങ്ങനെ സഹതാപം കലരുന്നതെന്നറിയില്ല. പലപ്പോഴും അവർ പെൺകുട്ടികൾക്കു

മുന്നിൽ ആളാവൻ ശ്രമിക്കുന്നതു കാണേണ്ടിവരുന്നതുകൊണ്ടാവാം. അതുമല്ലെങ്കിൽ ആളാവാൻ കഴിയാതെ പോകുന്നു എന്ന് തിരിച്ചറിഞ്ഞു കൊണ്ട് മിക്ക ആൺകുട്ടികളും മറ്റുള്ളവർക്കു മുന്നിൽ പെരുമാറുന്നതു കൊണ്ടുമാവാം.

ഇങ്ങനെ പറയുമ്പോൾ അമ്മയും അച്ഛനും ഉത്കണ്ഠയോടെ എന്റെ ശാരീരികനിലയെക്കുറിച്ചും മാനസികനിലയെക്കുറിച്ചും ആകുല പ്പെടാം. അതായത് ഞാനൊരു സ്വവർഗ്ഗസ്നേഹിയാണോ എന്ന നില യിൽ. ഇല്ല. ഒരു പെൺകുട്ടിയോടും അതിരുവിട്ട ഒരടുപ്പവും എനിക്കില്ല. ആണിനേക്കാൾ അധികമായി ഒരു പെൺകുട്ടിയും എന്നെ ആകർഷിച്ചി ട്ടുമില്ല. എതിർലിംഗത്തോടുള്ള എതിർപ്പോ ഏതെങ്കിലും അപകർഷമോ അതുമല്ലെങ്കിൽ ദാമ്പത്യജീവിതത്തോടുള്ള ഭയമോ അല്ല ഈ തീരുമാ നത്തിനുപിന്നിൽ. അതുതികച്ചും അമ്മയ്ക്ക് മനസ്സിലാകാത്ത കാര്യം തന്നെയാണ്. അതായത് ഞാനെന്നെ ബഹുമാനിക്കുന്നു. ആദരിക്കുന്നു. എന്നെന്നും എന്നെത്തന്നെ സ്നേഹിക്കാനും ആഗ്രഹിക്കുന്നു. എന്റെ ശരീരത്തിലെയും മനസ്സിലേയും ഊർജ്ജമെന്നത് എനിക്ക് അനാവശ്യ സന്ദർഭങ്ങളിലോ സാഹചര്യങ്ങളിലോ ഒഴുക്കിക്കളയാനുള്ളതല്ല. ചുരുക്കിപ്പറഞ്ഞാൽ ഒരുകാലത്തും വിവാഹം കഴിച്ച് കുടുംബമായി കുഞ്ഞുങ്ങളായി ജീവിച്ചു മരിക്കാൻ ഞാനാഗ്രഹിക്കുന്നില്ല.

ചിലപ്പോൾ ഞാനൊരു സാധാരണ പെൺകുട്ടി മാത്രമായിരിക്കാം. എനിക്ക് കല്പനചൗളയോ മദർ തെരേസയോ അരുന്ധതി റോയിയോ ആകാൻ കഴിയില്ലായിരിക്കാം. ചിലപ്പോൾ ഏകാകിയായ ഒരു സ്ത്രീയായി ത്തന്നെ ഒരുപാട് തെറ്റിദ്ധാരണകളോടെ ഞാൻ മരിച്ചുപോയേക്കാം. എങ്കിലും പങ്കാളിയില്ലാതെ ജീവിക്കാൻ ഞാനിഷ്ടപ്പെടുന്നു. അതാണ് അമ്മയ്ക്ക് മനസ്സിലാകാനിടയില്ലെന്ന് പറഞ്ഞത്. കാരണം അങ്ങനെ ജീവിക്കേണ്ടതിന്റെ ആവശ്യകതയെക്കുറിച്ച് അമ്മയൊരിക്കൽപ്പോലും ചിന്തിച്ചിട്ടില്ല. അങ്ങനെ ചിന്തിക്കാവുന്നതാണെന്നുപോലും അമ്മ ഓർ ക്കാൻ ഇതുവരെ ധൈര്യം കാണിച്ചിട്ടില്ല. അതിന്റെ ആവശ്യമില്ലെന്നാണ് അമ്മയുടെ കാലം അമ്മയെപ്പോലുള്ളവരെ പഠിപ്പിച്ചത്. പക്ഷേ ഞങ്ങ ളുടെ കാലം ഒറ്റയ്ക്കുജീവിക്കാമെന്നും പഠിപ്പിക്കുന്നു എന്നു ധരിച്ചാൽ മിക്കവാറും പ്രശ്നങ്ങൾ തീരും.

ഇപ്പോൾ അമ്മയോ അച്ഛനോ വിചാരിക്കുന്നുണ്ടാവും, ഒരാണിനെ സ്നേഹിക്കാൻ തുടങ്ങുന്നതോടെ ഈ നിലപാടിൽനിന്നും ഞാൻ അകന്നുപോയേക്കുമെന്ന്. അല്ലെങ്കിൽ ആണുമായുള്ള ശാരീരികസമ്പർ ക്കങ്ങളെക്കുറിച്ചോ കുട്ടികളും ഉത്തരവാദിത്തവുമെന്ന വലിയ ആശയ ത്തെക്കുറിച്ചോ അറിവില്ലാഞ്ഞിട്ടാണെന്ന്. ആണുമായുള്ള ശാരീരിക സമ്പർക്കത്തെ കുറിച്ച് ഇതുവരെയും എനിക്കൊന്നുമറിയില്ലെന്നത് യാഥാർത്ഥ്യമാണ്. പക്ഷേ അതല്ലല്ലോ എന്റെ വിചാരവും എനിക്കു മനസ്സിലായ ഈ കാലത്തെ ജീവിതവും. അതിതാണ്. തികച്ചും

സ്വതന്ത്രയായി ജീവിക്കാൻ പങ്കാളി ഒരു ബാധ്യതയാണ്. ആയതിനാൽ വിവാഹമെന്ന ആശയത്തോട് വിയോജനപരമായ നിലപാടെടുക്കുന്നു.

എന്നുകരുതി നിങ്ങളെ എന്നേക്കുമായി വിട്ടുപോകുമെന്നോ നിങ്ങളെ രണ്ടാളെയും അവസാനകാലംവരെ നോക്കാതിരിക്കുമെന്നോ സന്ന്യാസിനിയാകുമെന്നോ ഞാൻ അർത്ഥമാക്കുന്നില്ല. തീർച്ചയായും എനിക്കാവും പോലെ നിങ്ങളെ സ്നേഹിക്കുകയും സംരക്ഷിക്കുകയും ഒരു കുറവും വരുത്താതെ പരിപാലിക്കുകയും ചെയ്യും. എന്നുമെന്നും. കാരണം നിങ്ങൾ രണ്ടാളുമില്ലാതെ എന്റെ ജീവിതം പൂർണമാകില്ല. ചിലപ്പോൾ അതായിരിക്കാം എന്റെ തീരുമാനത്തിനു പിന്നിലെ ശരിയായ ലക്ഷ്യം. അതായത് അന്യനായ ഒരാളെ വിവാഹം കഴിക്കുന്നതിലൂടെ മാതാപിതാക്കളെ ഉപേക്ഷിച്ച് അപരിചിതമായ മറ്റൊരു വീട്ടിൽ സ്ഥിരതാമസമാകുന്നതിനെക്കുറിച്ച് വെറുപ്പോടെ ഞാൻ ചിന്തിക്കുന്നുണ്ടാവാം. നിങ്ങളെ പിരിഞ്ഞ് വേറൊരു സാഹചര്യവുമായി പൊരുത്തപ്പെടേണ്ടിവരുന്നതിനെ ഞാൻ വെറുക്കുന്നുണ്ടാവാം. ഇപ്പോഴേ പറയാം, പണ്ടുതൊട്ടേ അതെനിക്കിഷ്ടമായിരുന്നില്ല. ആദ്യം ഞാൻ നിങ്ങളുടെ മകളാണ്. പിന്നെയാണ് മറ്റൊരാളുടെ ഭാര്യയും കുട്ടികളുടെ അമ്മയും എന്ന പദവിയിലേക്ക് എത്തുന്നുള്ളൂ. ആ പദവികൾ ജീവിതത്തിൽ എനിക്കെന്നെ വല്ലാതെ നഷ്ടപ്പെടുത്തുകയേയുള്ളൂ എന്നു ഞാനിപ്പോൾ ഭയക്കുന്നു. പറഞ്ഞുവരുന്നത് അമ്മയ്ക്ക് മനസ്സിലാകുന്നുണ്ടോ?

അമ്മ ഓർത്തുനോക്കൂ. അതൊരു നാണംകെട്ട പദവിയാണ്. ഭാര്യാപദം. ഇപ്പോൾ ഞാനേറ്റവും വെറുക്കുന്നത് ആ സ്ഥാനത്തെയാണ്. അതാണ് നമ്മുടെ കാലുകളും ശിരസ്സും എന്നേക്കുമായി മൂടിക്കളയുന്നത്. നമ്മുടെ ചലനത്തെ നിതാന്തമായി തടുക്കുന്നത്. എങ്കിലും അതിലെ മനോഹരമായ സാഹചര്യങ്ങളേയും മാധുര്യമുള്ള നിമിഷങ്ങളേയും നമ്മുടെ വീട്ടിനുള്ളിൽ സമൃദ്ധമായി കണ്ടറിഞ്ഞിട്ടുണ്ട്. ഒരു സംശയവുമില്ലാതെ അതെനിക്കു പറയാൻ പറ്റും. അമ്മയും അച്ഛനും സ്നേഹിക്കുന്നത് അറിഞ്ഞിട്ടുള്ളതിൽനിന്നുമാണ് അതെനിക്കു കിട്ടിയിട്ടുള്ളതെന്ന്. ഈ പറഞ്ഞതിനപ്പുറം ഇനി പറയാനൊന്നുമില്ല. പറഞ്ഞതെല്ലാം അങ്ങേയറ്റം സത്യവുമാണ്.

പ്രപഞ്ചത്തിന്റെ നിലനില്പ് വംശവർദ്ധനവിലൂടെയാണ്. പ്രകൃതി എന്നിലേല്പിച്ചിട്ടുള്ള ഉത്തരവാദിത്വത്തിൽനിന്നും ഓടിയൊളിക്കാൻ ഒരിക്കലും ഞാനുദ്ദേശിക്കുന്നില്ല. അതേപ്പറ്റി എന്റെ മനസ്സിൽ രണ്ട് ആശയമാണുള്ളത്. നിങ്ങൾ അനുവദിക്കുകയാണെങ്കിൽ കുഞ്ഞുവേണമെന്നു സ്വയം തോന്നുന്ന കാലത്ത് ഏതെങ്കിലും ബീജബാങ്കിൽനിന്നും ബീജം സ്വീകരിച്ച് ഗർഭം ധരിക്കാം. ആരുടെയോ ആകട്ടെ. അയാളുടെ ജീനുകളുടെ ഗുണം അവിടുത്തെ രേഖകൾ പരിശോധിച്ച് നമ്മൾ മനസ്സിലാക്കിയാൽ മതിയല്ലോ. ഇന്നതിനൊന്നും ഒരു പ്രയാസവുമില്ല. ദാനബീജം സ്വീകരിച്ചാണ് കുഞ്ഞിനെ പ്രസവിച്ചിരിക്കുന്നതെന്നതിന് വിദഗ്ധ ഡോക്ടർമാരുടെ സാക്ഷ്യപത്രവും കിട്ടും. ഞാനിതു പറയുന്നത്

ഇത്തരമൊരു തീരുമാനമെടുത്ത് മുന്നോട്ടുപോയാൽ അച്ഛനമ്മമാർക്ക് ഉണ്ടാകാനിടയുള്ള മാനഹാനിയെക്കുറിച്ച് ബോധ്യമുള്ളതുകൊണ്ടാണ്. നമ്മുടെ സമൂഹം ആ പ്രവൃത്തിയെ വായിച്ചെടുക്കുന്നത് അവരവരുടെ സങ്കുചിതമായ കണ്ണുകളിലൂടെയായിരിക്കാം. ഞാനൊരു ദുർനടപ്പുകാരി യാണെന്നോ അവിഹിതമായി സമ്പാദിച്ച കുഞ്ഞാണതെന്നോ ആർക്കും എളുപ്പം ധരിക്കാം. അതിൽപ്പരമൊരു ശിക്ഷ എന്നെ വളർത്തി വലുതാക്കിയ മാതാപിതാക്കൾക്ക് നൽകാനുമില്ലല്ലോ. പക്ഷേ ഇങ്ങനെയൊരു സാക്ഷ്യപത്രമുണ്ടെങ്കിൽ അത് പരിഹരിക്കാവുന്നതേയുള്ളൂ. എന്നിട്ടും ചുളിഞ്ഞുനിൽക്കുന്ന ചില നെറ്റികളെ ഇപ്പോഴേ ഞാൻ കാണുന്നുണ്ട്. അവരെ അവരുടെ ഭാവനയനുസരിച്ച് ജീവിക്കാൻ വിടുകയല്ലാതെ വേറെ പോംവഴികളൊന്നുമില്ലെന്നതാണ് വാസ്തവം.

തീർച്ചയായും ആ കുഞ്ഞ് നിങ്ങളുടെ മകൾ പ്രസവിച്ച കുഞ്ഞ് തന്നെയായിരിക്കും. അതിന്റെ അച്ഛനും അമ്മയും ഞാനായിരിക്കുമെന്ന് മാത്രം. നിങ്ങൾക്കതിനെ എടുക്കുന്നതിനോ പരിപാലിക്കുന്നതിനോ വളർത്തുന്നതിനോ യാതൊരു വൈമുഖ്യവും തോന്നേണ്ട കാര്യമില്ല. ഇനി അങ്ങനെയുണ്ടെങ്കിൽ, വേറൊരു മാർഗ്ഗംകൂടി കുഞ്ഞിനെ സ്വീകരിക്കുന്ന കാര്യത്തിലുണ്ട്. ഏതെങ്കിലും കുഞ്ഞിനെ ദത്തെടുക്കുന്നതാണത്. നമ്മുടെ നാട്ടിലെ അിറയപ്പെടുന്നവരും തിരക്കേറിയ ജീവിതം നയിക്കുന്നവരുമായ എത്രയോ സ്ത്രീകൾ കുഞ്ഞിനെ ദത്തെടുത്ത് വളർത്തുന്നുണ്ട്. ഒറ്റയ്ക്കു ജീവിക്കുന്നവരാണ് അവരിൽപ്പലരും. രാഷ്ട്രീയത്തിലും നൃത്തത്തിലും സിനിമയിലും അങ്ങനെ എത്രയോ മേഖലകളിൽനിന്നുള്ളവർ. അതും നിയമം അനുശാസിക്കുന്നതാണ്. അവിടേയും ആരേയും ഒളിക്കാനോ ഭയക്കാനോ ആശങ്കപ്പെടാനോ ഒന്നുമില്ല. മാത്രവുമല്ല ആദ്യം പറഞ്ഞതിനെക്കാൾ കുറേക്കൂടി മഹത്തരം ഭൂമിയിലെ ഒരാളുടെയെങ്കിലും അനാഥത്വം ഇല്ലാതാക്കുന്നതു തന്നെയാണ്.

നോക്കൂ അമ്മേ,നമ്മുടെ നാട്ടിൽ ഏകാംഗജീവിതം നയിക്കുന്ന സ്ത്രീകൾക്കാണ് വിവാഹജീവിതം നയിക്കുന്ന സ്ത്രീകളേക്കാൾ കരുത്ത്. അവരാണ് ജീവിതത്തെ സമർത്ഥമായി വിനിയോഗിക്കുന്നത്. അവർക്കാണ് ജീവിതത്തിന് ശരിക്കുള്ള ചരിത്രപരമായ തുടർച്ച സാധ്യമാക്കാൻ സാധിക്കുന്നത്. ആ തരത്തിലൊരു സ്ത്രീയായി അറിയപ്പെടാനാണ് ഞാനും ആഗ്രഹിക്കുന്നത്. അത്രമാത്രമേ ഇതുകൊണ്ടുദ്ദേശിക്കുന്നുള്ളൂ.

അച്ഛനും അമ്മയും അനുഗ്രഹിക്കുകയും അനുവദിക്കുകയും എല്ലാം മനസ്സിലാക്കി പിന്തുണ തരികയും വേണം. എനിക്കൂഹിക്കാം, ഈ മെയിൽ വായിക്കുന്നതോടെ അമ്മ ഉരുകിത്തീരും. മൂന്നുമാസം മുന്നേ നമ്മളൊരുമിച്ച് വാങ്ങിയ പിങ്ക് നിറമുള്ള കുടിവെള്ളപ്പാത്രത്തിൽനിന്നും ധൃതിയിൽ അരലിറ്റർ വെള്ളം അമ്മ അകത്താക്കും. അമ്മയുടെ ഗോതമ്പ് നിറമുള്ള മുഖവും കവിളുകളും ക്രമാതീതമായി ചുവക്കും. അമ്മയുടെ നനുത്ത മേൽമീശ വിയർപ്പിലൊട്ടും. അമ്മ ക്ഷോഭിക്കും. ഞാൻ ക്ലാസ്

മുറിയിലായതിനാൽ ഫോണിൽ വിളിക്കാൻ നിവൃത്തിയില്ലാതെ അമ്മ വിഷമിക്കും. വീണ്ടും വീണ്ടും ഇതേപോലെ മെയിൽ വായിക്കും. പിന്നെപ്പിന്നെ ശാന്തചിത്തയാകും. ക്രമേണ അമ്മ എന്നെ മനസ്സിലാക്കും. അല്ലെങ്കിൽ എനിക്ക് ചിന്തിക്കാൻ ഇനിയും സമയം അനുവദിക്കും. കുറേക്കഴിയുമ്പോൾ എന്റെ മനസ്സ് മാറുമെന്നെങ്കിലും അമ്മ സമാധാനിക്കും. വാസ്തവത്തിൽ അതാണ് ഞാനും ആദ്യം പറഞ്ഞത്. എന്നോട് ഇതേപ്പറ്റി ഇനിയൊന്നും ചോദിക്കരുതെന്ന്. വർഷങ്ങൾ കഴിഞ്ഞ് എല്ലാത്തിനുമുള്ള സമയമാകുമ്പോൾ നമുക്കിതേപ്പറ്റിയെല്ലാം വിശദമായി സംസാരിക്കാം.

അച്ഛനാകട്ടെ ഒരു പുഞ്ചിരിയോടെയാവും ഈ മെയിൽ വായിക്കുക. ഒരുതവണയേ വായിക്കുകയുള്ളൂ. അതും ഓടിച്ചുവായനയായിരിക്കും. എന്നിട്ട് ചുണ്ടിലെ പാൽപ്പുഞ്ചിരി കളയാതെ ഇടത്തേക്കും വലത്തേക്കും തലയാട്ടും. അച്ഛന്റെ ശിപായിമാരിലാരെങ്കിലും അതുകണ്ടിട്ട് ചോദിക്കുകയാണെങ്കിൽ അച്ഛൻ പറയുന്നത് ഇതായിരിക്കും.

“ഈ കുട്ടികളുടെ ഒരു കാര്യം!”

അല്ലേ അച്ഛാ?

എന്നാൽ തീർത്തും വ്യത്യാസമുണ്ട് കുട്ടികളുടെ ചിന്തകൾക്കെന്നും നിങ്ങൾ അംഗീകരിക്കേണ്ടിയിരിക്കുന്നു. അത് ധിക്കാരമല്ല. വിവരക്കേടല്ല. വളരെ ആലോചിച്ചും മനസ്സിലാക്കിയും യോജിക്കുവാൻ കഴിയുമെന്ന് ഉറപ്പുവരുത്തിയുമെടുക്കുന്ന തീരുമാനമാണ്. ഒരുപക്ഷേ ഞങ്ങൾ പഴകുന്ന ലോകമാവാം ഇത്തരത്തിൽ ധീരമായ നിലപാടുകളെടുക്കുന്നതിന് ഞങ്ങളെ പിന്തുണയ്ക്കുന്നത്.

നോക്കൂ... ഇന്ന് വൈകുന്നേരം വീട്ടിലെത്തുന്ന ഞാൻ രാവിലെ അവിടെനിന്നുപോന്ന അതേ കുട്ടി തന്നെയാണ്. അതേപോലെയേ എന്നെ കാണാവൂ എന്ന് വീണ്ടും അഭ്യർത്ഥിച്ചുകൊണ്ട് നിർത്തുന്നു.

സ്നേഹാദരങ്ങളോടെ,

അച്ഛന്റേയുമമ്മയുടേയും സ്വന്തം മകൾ,

സംഹിത.

■

പിതാവും പുത്രിയും

ഒന്നും പ്രതികരിക്കാനാവാതെ, അങ്ങേയറ്റം താഴ്ന്ന മനോനിലയിൽ, മുഖം കഴിയുന്നത്ര കാൽത്തൊലിയോടും അതിന്റെ ഊഷ്മാവിനോടും അമർത്തി കരച്ചിലിനും ആകുലതയ്ക്കും ഇടയ്ക്കുള്ള നൂൽപ്പാലത്തിലൂടെ മനസ്സിനെ ഓടിനടക്കാൻ അനുവദിച്ചുകൊണ്ട് ഞാനിരുന്നു. അച്ഛന്റെ അനുസരണയുള്ള പുത്രിയെപ്പോലെ.

അച്ഛൻ അപ്പോഴും കരുത്തോടെയും നിശ്ചയദാർഢ്യത്തോടെയും തുടരുകയായിരുന്നു. ശകാരം മാത്രമായിരുന്നില്ല അത്. ഏകാന്തതയുടെ ആഴത്തോളമെത്തുന്ന സങ്കടവും അകലെപ്പോലും കാണാനില്ലാത്ത മരണത്തോടുള്ള വിദ്വേഷവും എന്റെ ജീവിതഭാരങ്ങളോടുള്ള പ്രതിഷേധവും എല്ലാം അതിലുണ്ടായിരുന്നു. പക്ഷേ ഇതിനകം സംഭവിച്ച അശ്രദ്ധയെക്കാളെല്ലാമുപരിയായി എന്നെ ദുഃഖിപ്പിച്ചത് എന്റെ ജീവിതത്തിലെ തുടർച്ചകളായ ഫലിതങ്ങളാണ്. ഒരുപക്ഷേ നാളെയോ മറ്റന്നാളോ ഇന്നുണ്ടായ അബദ്ധത്തിന്റെ ആഘാതം കുറഞ്ഞാൽ എനിക്കുതന്നെ ചിരിയോടെ ഇതെല്ലാം ഓർത്തെടുക്കാൻ പറ്റുമായിരിക്കും ചിലപ്പോൾ അച്ഛനും. എന്റെ മക്കൾക്കും എന്റെ ഭർത്താവിനുപോലും സാധിച്ചേക്കും. എന്നാൽ തുടർന്നും ജീവിതം ഇങ്ങനെതന്നെയായിരിക്കുമല്ലോ എന്നോർക്കുമ്പോഴാണ് ആശ്വസിക്കാനും ചിരിക്കാനും എല്ലാം ലളിതമായ ജീവിതാവസ്ഥകളല്ലേ എന്ന മട്ടിൽ മറ്റൊരു പ്രവൃത്തിയിലേക്ക് മുഴുകാനും എനിക്ക് കഴിയാതെ പോകുന്നത്.

ഞാൻ തലയുയർത്തിയതേയില്ല. കോളനിവാസികൾ വീടുകളിൽ കയറിപ്പറ്റി അവരവരുടെ ജാലകങ്ങളും വാതിലുകളും തഴുതിട്ടു തുടങ്ങിയിട്ടേയുള്ളൂ. ആരോടോ സംസാരിക്കുന്ന കാവൽക്കാരന്റെ തൊണ്ടവീക്കമുള്ള ശബ്ദം ഇപ്പോഴും പുറത്തുനിന്ന് കേൾക്കാം. തൊട്ടുമുമ്പു വരെയുണ്ടായിരുന്ന പുകച്ചിൽ അല്പാല്പമായി അടങ്ങിത്തുടങ്ങുന്നു. എന്നിട്ടും അച്ഛൻമാത്രം തന്റെ അമർഷത്തെ ഇനിയും കൂട്ടിലടച്ചിട്ടില്ല.

നാലാമതോ അതോ എട്ടാമതോ ആയി അച്ഛൻ അതേകാര്യം ആവർത്തിച്ചു. കേൾക്കാൻ പുതിയതായി ആരുമില്ലാതിരുന്നിട്ടും.

“എന്റെ കാര്യം ഓർക്കാൻ ഒരാൾപോലുമെനിക്കില്ല. ഭാര്യ മരിച്ചു പോയ എല്ലാ ആണുങ്ങളുടെയും അവസ്ഥയിതാണ്. നിങ്ങക്കൊക്കെ നിങ്ങടെ കാര്യം.”

ആ നിമിഷം എന്റെ നെഞ്ച് ആഴത്തിൽ വിങ്ങി. എന്നിട്ടും ഞാനൊന്നും മിണ്ടിയില്ല. അതേ ഇരിപ്പിൽത്തന്നെയിരുന്നു. മേശപ്പുറത്ത് അച്ഛൻ എനിക്കായി കൊണ്ടുവന്ന കേസരിയും റവ ലഡ്ഡുവും ഇരിപ്പുണ്ട്.

പതിവനുസരിച്ചാണെങ്കിൽ ഞാനിപ്പോൾ അടുക്കളയിൽനിന്നും പാലൊഴിച്ച് കൊഴുപ്പിച്ച കാപ്പിയുമായി വരികയാവും. അച്ഛൻ ജോലിക്കുപ്പായം മാറ്റി ലുങ്കിയുടുത്ത് തോളിൽ ഒരു തോർത്തുമുണ്ടുമിട്ട് തീൻമേശയ്ക്കരികിലെ കസേരയിൽ വന്നിരിക്കുന്നുണ്ടാവും. അച്ഛൻ തന്നെ പൊതിയഴിച്ച് എന്റെ മുന്നിലേക്ക് അതൊക്കെ നീക്കിവയ്ക്കും. അതേ പോലെ കാപ്പിക്കപ്പ് അച്ഛനരികിലേക്ക് ഞാനും നീക്കിവയ്ക്കും. അച്ഛൻ കൈനീട്ടി പത്രമെടുക്കും. രാത്രി പത്തരമണിക്ക് അച്ഛൻ അന്നത്തെ പ്രഭാതവാർത്തകൾ വായിക്കാൻ തുടങ്ങും. വായിക്കുന്നതിനനുസരിച്ച് അച്ഛന്റെ മുഖത്തെ പേശികൾ വാർത്തകളുടെ സ്വഭാവം വിളിച്ചുപറയും. പകലത്തെ ജോലികൾ കഴിച്ച് എത്ര ക്ഷീണിതയായിട്ടാണെങ്കിലും അച്ഛൻ കൊണ്ടുവരുന്ന പലഹാരം-അതെന്തായാലും-തിന്നുകൊണ്ട് ഞാൻ അരികിലിരിക്കും. പത്രവായനയും കാപ്പികുടിയും തീർത്ത് അരമണിക്കൂറിനുശേഷം അച്ഛൻ കണ്ണട അഴിച്ചുവച്ച് എന്നെ നോക്കും. ചിലപ്പോൾ നോക്കുകയില്ല. എന്നാലും ഒരേ ചോദ്യം എന്നും ചോദിക്കും.

“അവനെവിടെ. ഇന്ന് വരുന്നുണ്ടാവ്വോ?”

ങും, വിളിച്ചിരുന്നു വരും എന്നോ, വിളിച്ചിട്ടില്ല ഇന്ന് വരുമോ അറിയില്ല എന്നോ ഞാൻ മറുപടി പറയും. ആ അന്വേഷണം വളരെയധികം തിരക്കുപിടിച്ച എന്റെ ഭർത്താവിനെക്കുറിച്ചാണ്.

പിന്നെ അച്ഛൻ മുകളിലെ ഉറക്കുമുറിയിലേക്ക് പോകാനുള്ള തയ്യാറെടുപ്പിൽ അടുത്ത ചോദ്യം ചോദിക്കും.

“നിനക്ക് കിടക്കാറായോ?”

“ഇല്ല, അവൻ വരുമോന്ന് കുറേനേരംകൂടി നോക്കാം.”

ഇത്രയുമാണ് ഞങ്ങളുടെ സംഭാഷണങ്ങൾ. ഇതിൽ കൂടുതൽ മിണ്ടാട്ടമുണ്ടാവുന്നുണ്ടെങ്കിൽ അതിനർത്ഥം ഏഴ്‌വർഷംമുമ്പ് മരിച്ചുപോയ അമ്മയെപ്പറ്റിയുള്ള പരാമർശം സംഭാഷണത്തിൽ കടന്നുവന്നു എന്നു തന്നെയാണ്.

അതേ ഇരിപ്പിലിരുന്നുകൊണ്ട് കഴിഞ്ഞ മണിക്കൂറിലെ കാര്യങ്ങൾ ഓർത്തെടുക്കാൻ ഞാൻ ശ്രമിച്ചുനോക്കി.

ആറ് ദിവസമായിട്ടേയുള്ളൂ ഇവിടേക്കെത്തിയിട്ട്. ഇതിനുമുമ്പ് ഞങ്ങൾ ഏഴുവർഷമായി താമസിച്ചിരുന്നത് ഇരുപത്തിയെട്ട് കിലോമീറ്റർ

പടിഞ്ഞാറോട്ട് മാറി മറ്റൊരു വീട്ടിലായിരുന്നു. അതിന്റെ ഉടമയ്ക്ക് പാതയരികിലുണ്ടായിരുന്ന ആ വീട് പൊളിച്ച് വലിയ അപ്പാർട്ട്മെന്റ് പണിയാനുള്ള ആഗ്രഹം വന്നപ്പോഴാണ് ഞങ്ങളോട് ഒഴിയാൻ ആവശ്യപ്പെട്ടത്. അതനുസരിച്ച് പുതിയ വാടകവീട് തിരഞ്ഞുതുടങ്ങുമ്പോഴേ പാർത്ഥിപനോട് ഞാൻ പ്രത്യേകം പറഞ്ഞിരുന്നു.

മകന് എളുപ്പത്തിൽ സ്കൂളിൽ പോയിവരാൻ സാധിക്കാവുന്ന ദൂരത്തിലായിരിക്കണം. അച്ഛന് കാലത്തും വൈകിട്ടും ജോലിസ്ഥലത്തേക്കും തിരിച്ചും യാത്ര ചെയ്യാൻ സൗകര്യപ്പെടുന്ന സ്ഥലവുമായിരിക്കണം.

അതെല്ലാം പാർത്ഥിപൻ ഗ്രഹിച്ചു എന്നാണ് ഞാൻ ധരിച്ചത്. കേട്ടോ ഇല്ലയോ എന്നുറപ്പുവരുത്തി ഒന്നുകൂടി ചോദിക്കാനുള്ള അവകാശമോ സ്വാതന്ത്ര്യമോ വിദ്യാസമ്പന്നയും രണ്ട് മക്കളുടെ അമ്മയും മുൻ ഉദ്യോഗസ്ഥയുമായിരുന്നെങ്കിലും എനിക്കാ വീട്ടിലോ പാർത്ഥിപന്റെ ജീവിതത്തിലോ ഉണ്ടായിരുന്നില്ല. ദിവസങ്ങൾ കഴിഞ്ഞ് മുൻകൂർ കരാർപ്പണം കൊടുത്തശേഷമാണ് ഇവിടെ വീട് നിശ്ചയിച്ചവിവരം പാർത്ഥിപൻ എന്നെ അറിയിച്ചത്.

നേരത്തെ ഞങ്ങൾ താമസിച്ചിരുന്നത് എല്ലാ സൗകര്യവുമുള്ള പട്ടണത്തിന്റെ മധ്യത്തിലായിരുന്നെങ്കിലും അതിനൊരു ഏകാന്തഭാവവും സുരക്ഷിതസ്വഭാവവുമുണ്ടായിരുന്നു. അതിൽനിന്നു വേറിട്ട വീടായിരുന്നു പുതിയത്. ജാഹ്നവി നഗറിലെ ഇരുപത്തിനാല് വീടുകളിൽ ആറാമത്തേത്. മുന്നിൽ കാവൽപ്പുരയും കാവൽക്കാരനും. പിന്നീടങ്ങോട്ട് ഒരു രേഖയ്ക്ക് ഇരുപുറവുമായി മുഖാമുഖം നോക്കിനിൽക്കുന്ന രണ്ട് ഡസൻ വീടുകൾ. അതിൽ പതിമ്മൂന്നെണ്ണത്തിലേ ഇപ്പോൾ താമസക്കാരുണ്ടായിരുന്നുള്ളൂ. അതൊരു നല്ല തിരഞ്ഞെടുപ്പായിരുന്നില്ല. എങ്കിലും ഞങ്ങൾ അങ്ങോട്ടുമാറി.

മകന്റെ സ്കൂൾ ബസ് പ്രധാന മതിലിനോട് ചേർന്ന് വാതിലിനരികിൽ വന്നുനിൽക്കും എന്നതല്ലാതെ മറ്റെന്ത് ആകർഷണവും സൗകര്യവുമാണ് ഈ വീടിനുള്ളത്? ആർക്കായാലും വാടകപ്പണം കൊടുക്കണം. എങ്കിൽ അതിത്തിരി സൗകര്യമുള്ളിടത്തായിക്കൂടെ എന്ന് പാർത്ഥിപനോട് ചോദിക്കാൻ തോന്നി. വീട്ടുസാമഗ്രികൾ അടുക്കിത്തുടങ്ങുന്നതിനിടയിൽ അസൗകര്യങ്ങളുടെ എണ്ണപ്പെരുപ്പം കണ്ടപ്പോൾ പിൻവാങ്ങിനിൽക്കാനായില്ല.

“എത്ര വീട് നോക്കിയിട്ടാണ് ഇത് കിട്ടിയത്?”

“നീയിപ്പോ എന്തു കുഴപ്പമാ കണ്ടുപിടിച്ചത്?”

“ചോദിച്ചതിനുത്തരം പറയൂ. കുഴപ്പങ്ങൾ പിന്നീട് എണ്ണിപ്പറയേണ്ടതായിവരും.”

“മൂന്ന്.”

വെറും മൂന്ന് വീടുമാത്രം നോക്കിയിട്ട് പെട്ടെന്നൊന്ന് തിരഞ്ഞെടുക്കാനും മാത്രം ധൃതി കൂട്ടിയിരുന്നത് ആരാണെന്ന് എനിക്കറിയുമായിരുന്നില്ല. എന്നിട്ടും ഫലമില്ലാത്ത വാഗ്വാദങ്ങൾക്ക് നിൽക്കാതെ ഞാൻ പിൻവാങ്ങി.

തുടർന്ന് എണ്ണിയെണ്ണിപ്പറയേണ്ടിവരുമെന്ന് ആശങ്കവച്ച കുഴപ്പങ്ങളിൽ ആദ്യത്തേതാണ് ഇന്നുണ്ടായത്. പക്ഷേ അതിന്റെ കുഴപ്പങ്ങൾക്കു മുഴുവൻ കാരണവും പാർത്ഥിപനല്ല എന്നെനിക്കറിയാം. അമ്മ മരിച്ച ശേഷം തന്നെ കുറ്റപ്പെടുത്താനെന്നപോലെ ജീവിച്ചിരിക്കുന്ന അച്ഛന്റേതു കൂടിയാണ്, അതെനിക്ക് ഉറക്കെ പറയാൻ പറ്റില്ലെങ്കിലും.

തൊട്ടുമുമ്പ് താമസിച്ചിരുന്ന വീട്ടിൽ നിന്നാണെങ്കിൽ കാലത്ത് ആറു മണിക്ക് അച്ഛന് ഇറങ്ങിയാൽ മതി. രാത്രി ഒൻപത് മണിക്ക് തിരികെ വീടെത്തുകയും ചെയ്യാം. നാലഞ്ചടി ദൂരം നടന്നാൽ ബസ്സ് നിർത്തുന്ന സ്ഥലവുമായി. ഇപ്പോൾ അച്ഛന് പോകണമെങ്കിലും വരണമെങ്കിലും ഞാനോ പാർത്ഥിപനോ വണ്ടിയെടുത്തിറങ്ങണം. പ്രധാന നിരത്തിൽ നിന്ന് മൂന്ന് കിലോമീറ്ററോളം ദൂരമുണ്ട് ജാഹ്നവി കോളനിയിലേക്ക്.

ഇരുചക്രവാഹനമെങ്കിലുമില്ലാതെ ഒരു കാര്യവും സാധിക്കുകയില്ലാത്ത ദയനീയാവസ്ഥയാണ് കോളനിയിലെ താമസം സമ്മാനിക്കുന്നതെന്ന് ആദ്യത്തെ ദിവസംതന്നെ പ്രായോഗികമായി ഞാൻ മനസ്സിലാക്കിയിരുന്നു. ദുസ്സഹമായ അസൗകര്യങ്ങളിൽ പ്രധാനപ്പെട്ടതും ഇതു തന്നെയായിരുന്നു.

അമ്മയുടെ മരണശേഷം, തീരെ സഹിക്കാൻ അച്ഛന് പറ്റാത്ത കാര്യമായിരുന്നു എന്തിനെങ്കിലും മറ്റാരെയെങ്കിലും ആശ്രയിക്കേണ്ടിവരിക എന്നത്. പലപ്പോഴും രാത്രി വൈകി വീട്ടിലെത്തുന്ന ജോലിത്തിരക്കും പതിവുമാണ് പാർത്ഥിപനുള്ളതെങ്കിലും അതീവരാവിലെ ഉണരുന്ന കാര്യത്തിൽ അവൻ കൃത്യനിഷ്ഠക്കാരനായിരുന്നു. അതുകൊണ്ടു തന്നെ പുലർച്ചെകളിൽ അച്ഛനെ ബസ്സ് നിർത്തുന്നിടത്തെത്തിക്കാൻ പാർത്ഥിപന് കഴിയും. കഴിഞ്ഞ ആറുദിവസങ്ങളിലും രാവിലെയും രാത്രിയിലും നിരത്തിൽപ്പോയി അച്ഛനെ കൂട്ടിവന്നിരുന്നതും പാർത്ഥിപനായിരുന്നു.

കുഴങ്ങിപ്പോയത് അവൻ വരാൻ വൈകിയ ഇന്നത്തെ രാത്രിയിലാണ്. അതുകൊണ്ടുമാത്രം രാത്രി പത്തുമണിക്ക് വണ്ടിയുമായി ദേശീയപാതയോരത്ത് അച്ഛനെ കാത്തുനിൽക്കാൻ എനിക്ക് പോകേണ്ടി വന്നു. മകനും ദൂരെ പെൺപള്ളിക്കൂടത്തിൽ താമസിച്ചുപഠിക്കുന്ന മകളും കൂടി അവധിക്കാലം ആഘോഷിക്കാൻ അച്ഛമ്മയുടെ വീട്ടിൽപ്പോയിട്ട് തിരിച്ചെത്തിയിരുന്നില്ല.

കൃത്യം രണ്ട് മണിക്കൂർമുമ്പ് രാത്രി പത്ത് മണിക്ക് അച്ഛനെ കൂട്ടി വരാൻ ഞാൻ വീട് പൂട്ടി പുറത്തേക്കിറങ്ങി. ഏതെങ്കിലും ഭയാശങ്കകൾ അപ്പോഴെന്നെ തീണ്ടിയിരുന്നില്ല.

കോളനിയിലെ ആൾപ്പാർപ്പുള്ള വീടുകളിലെല്ലാം വെളിച്ചമുണ്ടായിരുന്നു. ഇവിടെ വീട് നോക്കാൻ വന്നകാലം മുതൽ കാവൽപ്പുരയിൽ കണ്ടിട്ടുള്ളത് വൃദ്ധനായ ഒരു കാവൽക്കാരനെയാണ്. വൈകുന്നേരമായാൽ അയാളെ മദ്യം മണക്കാൻ തുടങ്ങും. പകൽ മുഴുവൻ വെയിലിന്റെ ചൂടടിച്ച് തളർന്നിരിക്കുന്ന വൃദ്ധൻ അല്പം ഉഷാറിൽ കാണപ്പെടുന്നതും വൈകുന്നേരത്തിനും പത്തുമണിക്കുമിടയിലുള്ള നേരത്തുമാത്രമാണ്. പക്ഷേ ഞാൻ വണ്ടിയോടിച്ചു ചെല്ലുമ്പോൾ കാവൽപ്പുരയിൽ പുതിയൊരാളായിരുന്നു. അയാളെ പകലും അവിടെ കണ്ടതായി ഞാനോർത്തു. സ്ഥിരം കാവൽക്കാരൻ അവധിയിൽ പോയപ്പോൾ പകരം വന്ന ആളാവാം അതെന്ന് തോന്നി. ചോദിക്കാൻ നിന്നില്ല.

കൃത്യം പത്തുമണിക്ക് ബസ്സ് നിർത്തുന്ന സ്ഥലത്തെത്തി വണ്ടിയൊതുക്കി ഞാൻ അതിൽത്തന്നെയിരുന്നു. ഇനിയങ്ങോട്ട് എല്ലാ ദിവസവും ഇതുതന്നെയാണ് ഞാൻ ചെയ്യേണ്ടതെന്ന് എനിക്കുറപ്പുണ്ടായിരുന്നു.

കുറച്ചുമാറി സർക്കാർ ഹോമിയോ മെഡിക്കൽ കോളജ് കാണാം. അതുകൊണ്ടാണ് അവിടെ നിർത്താൻ എല്ലാ ബസ്സുകൾക്കും അനുമതിയുള്ളതും. പക്ഷേ സന്ധ്യമയങ്ങിയാൽ ആളൊഴിയുമെന്നത് വാസ്തവം. ഒന്നു രണ്ട് കാപ്പിക്കടകൾ മാത്രമേ രാത്രിനേരത്ത് തുറന്നിരിക്കൂ. അവരും പത്തരയോടെ അടച്ച് പോകും. പിന്നെ ഒറ്റപ്പെട്ട് അലഞ്ഞുപോകുന്ന മനുഷ്യരുടേതും ഭാരം വലിച്ചോടുന്ന വാഹനങ്ങളുടെയും അനാഥ നായകളുടെയും ഉടമസ്ഥതയിലാവും നിരത്ത്.

അച്ഛനെ കാത്തിട്ടാണെങ്കിലും രാത്രി നെടുമ്പാതയോരത്ത് ഒരു യുവതി തനിച്ചു നിൽക്കുന്നതിലെ സമൂഹത്തിന്റെ അസ്വസ്ഥതകൾ എനിക്കൂഹിക്കാൻ കഴിയുമായിരുന്നു. അതുകൊണ്ട് ആരെയോ കാത്തിട്ടെന്നപോലെയോ ആരോ അടുത്തുണ്ടെന്നപോലെയോ വണ്ടിയിൽത്തന്നെയിരുന്ന് സെൽഫോണിൽ നോക്കി വെറുതെ സമയം പോക്കുകയാണ് ഞാൻ ചെയ്തത്.

കൃത്യസമയത്ത് ബസ്സ് എത്തുകയാണെങ്കിൽ പത്തുനിമിഷത്തിനകം അച്ഛനെക്കൂട്ടി എനിക്കു തിരിച്ചുപോകാൻ കഴിയും. എന്നാൽ ചിട്ട തെറ്റിച്ച് പതിവുള്ള ബസ്സിന് അച്ഛൻ വന്നില്ല. ഒരല്പം അമ്പരപ്പോടെ കടന്നുപോകുന്ന ബസ്സിന്റെ പിന്നിലേക്കും നോക്കി ഞാൻ നിന്നു.

അടുത്ത ബസ്സിനുണ്ടാവും. അത് പത്തേ ഇരുപത്തിയഞ്ചിനാണ്. ഞാൻ സമാധാനിച്ചു. എന്നാൽ അതിനടുത്ത ബസിനും പിന്നീട് വന്ന ബസ്സുകളിലും അച്ഛൻ വന്നില്ല.

എന്നെ കാര്യമായി പരിഭ്രമം ബാധിക്കാൻ തുടങ്ങി. എന്തെങ്കിലും കാര്യമായ വ്യാപാരചർച്ചകളിലിരിക്കുന്ന പാർത്ഥിപനെ വിളിച്ചാൽ ഇപ്പോൾ ചീത്ത കേൾക്കേണ്ടിവരുമെന്നറിയാവുന്നത് കൊണ്ട് അത് ഞാൻ പിന്നത്തേക്ക് വച്ചു.

അച്ഛന് അറുപത്തിയെട്ട് വയസ്സായെന്നോ കമ്പനി പ്രത്യേക താത്പര്യപ്രകാരം സാമ്പത്തിക ഉപദേഷ്ടാവായും മേൽനോട്ടക്കാരനായും എല്ലാ

വിധ സഹായങ്ങളും നൽകി അച്ഛനെ നിർത്തിയിരിക്കുന്നതാണെന്നോ പാർത്ഥിപൻ ആലോചിക്കില്ല. മുപ്പത്തിയെട്ട് വയസ്സുള്ള ഭാര്യ അസമയത്ത് നെടുമ്പാതയോരത്ത് തനിയെ നിൽക്കുകയാണെന്ന് തീരെയും ഓർക്കില്ല. അതുകൊണ്ട് ഞാൻ അച്ഛന്റെ കമ്പനിയിലേക്ക് വിളിച്ചു. ഫോണെടുത്തയാൾ മര്യാദയോടെയും ഭവ്യതയോടെയും അച്ഛൻ പതിവ് സമയത്ത് കമ്പനിപ്പടി കടന്നു എന്നുതന്നെ അറിയിച്ചു.

അച്ഛന്റെ വാശികളെപ്പറ്റിയാണ് തുടർന്ന് ഞാനാലോചിച്ചത്. അത്തരം വാശികൾ മകൾക്കുണ്ടാക്കിവയ്ക്കുന്ന നിസ്സഹായതകളെപ്പറ്റിയും അതിനെപ്പറ്റി അച്ഛൻ തെല്ലുപോലും ഓർക്കാതിരിക്കുന്നതിനെക്കുറിച്ചും.

കമ്പനി കൊടുക്കാമെന്നേറ്റ യാത്രാസൗകര്യം നിഷേധിച്ചതാണ് അച്ഛന്റെ വാശിയിലെ ഒന്നാമത്തെ കാര്യം. രണ്ടാമത്തെ കാര്യം, കമ്പനിയോ ഞാനോ പാർത്ഥിപനോ വാങ്ങിക്കൊടുക്കാമെന്ന് കെഞ്ചിപ്പറഞ്ഞ സെൽഫോൺ ഉപയോഗിക്കുകയില്ലെന്ന വാശിയും. എന്തിനാണിത്തരം പ്രയോജനമില്ലാത്ത വാശികളെന്നെനിക്കറിയില്ല. അച്ഛൻ അതിൽനിന്നും എന്തെങ്കിലും ആനന്ദം അനുഭവിക്കുന്നുണ്ടാവാം എന്നു സമാധാനിക്കുകയേ നിവൃത്തിയുണ്ടായിരുന്നുള്ളൂ.

പരിസരത്തെ കടയും പൂട്ടി. ചുറ്റിനും ഇരുൾമാത്രം. അതോ ഇരുളിൽ എന്റെ ചലനങ്ങൾ ശ്രദ്ധിച്ച് ആരെങ്കിലുമൊക്കെ പതുങ്ങിനിൽക്കുന്നുണ്ടാവുമോ. ജീൻസും മേലുടുപ്പിനുമീതെയിട്ട കറുത്തകോട്ടും എന്റെ സുരക്ഷയെ ഉറപ്പാക്കുമെന്ന് ഞാൻ വൃഥാ സങ്കല്പിച്ചു. കൈയിലെ സെൽഫോണിൽ പലവട്ടം സമയംനോക്കി. പതിനൊന്നാവാൻ ഇനി നിമിഷങ്ങൾ മാത്രം. രണ്ട് ഇരുചക്രവാഹനങ്ങൾ കടന്നുപോയപ്പോൾ അവയിലെ പിൻയാത്രക്കാർ തല ആകാവുന്നത്ര ചരിച്ച് എന്നെ നോക്കുന്നത് കാണാത്ത ഭാവത്തിൽ ഞാൻ മനസ്സിലാക്കിയിരുന്നു.

എന്നെ വല്ലാത്തൊരു സംഭ്രമം പിടികൂടാൻ തുടങ്ങി. ചെറുതും സദാ തണുത്തിരിക്കാറുള്ളതുമായ കൈകൾ വിയർക്കാനും എന്നെ വിറയ്ക്കാനും ആരംഭിച്ചു. എന്റെ മനസ്സിലൂടെ പലവിധ ചിത്രങ്ങളും പിടച്ചുവീണു. എനിക്ക് എവിടെപ്പോയി അന്വേഷിക്കണമെന്നറിയില്ലായിരുന്നു. ഒടുവിൽ ഗതികെട്ട് പാർത്ഥിപനെത്തന്നെ ആശ്രയിക്കാൻ ഞാൻ തീരുമാനിച്ചു. ഫോണെടുത്ത് കൈയിൽപ്പിടിച്ചിട്ട് ഒന്നൂടി നിരത്തിലേക്ക് നോക്കി.

അമ്മയില്ലാത്ത ജീവിതം അച്ഛൻ പോരാടിത്തീർക്കുകയാണ്. മറ്റാരോടുമല്ല, അച്ഛനും ഭർത്താവിനുമിടയിൽ ഓടിത്തീർക്കുന്ന മകളോട്. അങ്ങനെ കരുതാനാണ് അപ്പോൾ ഞാനിഷ്ടപ്പെട്ടത്.

ആ നിമിഷം വന്നുനിന്ന ബസ്സിന്റെ മറവിൽനിന്ന് തെരുവുവെളിച്ചം നൽകിയ കറുപ്പും മഞ്ഞയും നിറങ്ങൾ കലർന്ന രൂപവുമായി അച്ഛൻ പരിക്ഷീണനായി നടന്നുവരുന്നത് ഞാൻ കണ്ടു. ഉള്ളിൽനിന്നുണ്ടായ നടുക്കത്തെ ആദരിച്ചുകൊണ്ട് ഞാൻ വേഗം അച്ഛനടുത്തേക്ക് ഓടിച്ചെന്നു.

എന്നെ കണ്ടപാടെ പ്രഹരംപോലെ ഒരു ചോദ്യമാണ് അച്ഛനാദ്യം ചോദിച്ചത്.

"എവിടെപ്പോയി കിടക്കുവായിരുന്നു നീ?"

ഞാൻ പതറിപ്പോയി. അതേചോദ്യം വേറെ വിധത്തിൽ ചോദിക്കാനുള്ള തയ്യാറെടുപ്പിലായിരുന്നല്ലോ ഞാൻ.

"പത്തുമണിക്ക് കൃത്യമായും ഞാനെത്തുമെന്ന് അറിയില്ലേ? നിന്റെ വണ്ടി കണ്ടിട്ടല്ല ഇത്രകാലവും ഞാൻ ജീവിച്ചത്."

"ഞാനിവിടെയുണ്ടായിരുന്നച്ഛാ, പത്ത് മണി മുതൽ."

'സത്യമായും' എന്നുകൂടി ആവർത്തിച്ചുപറയാൻ എന്റെ നാവ് വളഞ്ഞതാണ്. എന്നിട്ടും എന്റെ വ്യക്തിബോധം എന്നെയതിന് അനുവദിച്ചില്ല. അത് നന്നായെന്ന് അച്ഛൻ തുടർന്നും ക്ഷുഭിതനാവുന്നത് കേട്ടപ്പോൾ ബോധ്യമായി.

"നുണ പറയുന്നോ? ബസ്സിറങ്ങുമ്പോ ഇവിടൊരു നായക്കുഞ്ഞുപോലും ഇല്ല."

"അല്ലച്ഛാ. ഞാനവിടെ നില്പുണ്ടായിരുന്നു."

ഇത്തവണയും 'സത്യമായും' എന്നൂന്നിപ്പറയാൻ ഞാനാഗ്രഹിച്ചു. കഴിഞ്ഞില്ല. അതിനുപകരമായി കാപ്പിക്കടയിൽ നിന്നുള്ള വെട്ടംകിട്ടുന്ന ദിക്കിലേക്കും അവിടെ വച്ചിരിക്കുന്ന പെൺവണ്ടിയിലേക്കും കൈചൂണ്ടി സങ്കടത്തിന്റെ വൻഭാവത്തിൽ ഞാൻ നിന്നു. അപ്പോഴാണ് അച്ഛൻ ശരിക്കും പൊട്ടിത്തെറിച്ചത്.

"ങാഹാ,അവിടെയാണോ നിൽക്കുന്നത്. അവിടെ നിൽക്കാനാരാ പറഞ്ഞത്. പാർത്ഥിപൻ വന്നുനിൽക്കാറ് ഇവിടെയാണല്ലോ."

എനിക്ക് ഉത്തരം മുട്ടിപ്പോയി. കഴിഞ്ഞ ആറുദിവസവും അച്ഛനെ കാത്ത് രാത്രി പാർത്ഥിപൻ വന്നുനിന്നിരുന്നത് എവിടെയാണെന്ന് എനിക്കറിയില്ലായിരുന്നു. അത് ബസ്സ് നിർത്തുന്നിടത്ത് തന്നെയാവുമെന്നാണ് ഞാൻ കരുതിയിരുന്നത്. പാർത്ഥിപനോട് അതൊന്നും ചോദിക്കാനാവുമായിരുന്നില്ലല്ലോ.

"അപ്പോ... അച്ഛൻ എന്നെ കാണാതെ...?"

"നിന്റെ അമ്മ ഇല്ലാതായിട്ടും ഞാൻ ജീവിക്കുന്നില്ലേ? എനിക്ക് നിന്റെയും അവന്റെയും വീട്ടിലേക്ക് വന്നല്ലേ പറ്റൂ. . സ്വന്തമായിട്ട് വീടും വേണ്ടപ്പെട്ടവരും ഇല്ലാതായാപ്പിന്നെ വേറെ വഴിയില്ലല്ലോ..."

അച്ഛൻ പരിദേവനങ്ങൾ തുടങ്ങുകയാണ്. എന്നെയോ എന്റെ സ്നേഹത്തേയോ തീരെ പരിഗണിക്കാത്തതും തിരിച്ചറിയാത്തതുമായിരുന്നു ആ പഴിചാരലുകൾ. സഹിക്കാനാവുകയില്ല എനിക്കത്. അതും പാതിരാവഴിമധ്യത്തിൽ മുഖത്ത് ഇരുട്ടും മഞ്ഞവെളിച്ചവും വീഴ്ത്തുന്ന നിഴലുകളിൽ വിരൂപമായി നിന്നുകൊണ്ട്.

"വരൂ... വീട്ടിൽ പോകാം."

"നീ പൊക്കോ. ഞാനില്ല."

ഞാൻ വീണ്ടും പതറി. അച്ഛനെന്താണ് ഇന്ന് സംഭവിച്ചത്? പതിവുള്ള നിസ്സംഗമായ, പതിഞ്ഞ, ഓജസ്സു വറ്റിയ ഭാഷണമല്ല ഇത്. ബസ്സിറങ്ങിയപ്പോൾ എന്നെ കാണാതിരുന്നതിനും അപ്പുറത്ത് എന്തോകൂടി സംഭവിച്ചിട്ടുണ്ട്.

"എന്തുകൊണ്ടോ ബസ്സ് വന്നതും അച്ഛനിറങ്ങിയതും ഞാൻ കണ്ടില്ല. പക്ഷേ പത്തുമണിമുതൽ ഞാനിവിടെയുണ്ട്."

ഇത്തവണ ഞാനത് കൂട്ടിച്ചേർക്കുകതന്നെ ചെയ്തു.

"സത്യമായിട്ടും!"

അതുപറയുമ്പോൾ തൊണ്ടയിൽ സ്വരങ്ങൾക്കിടയിൽ ചരലുരയുന്നത് ഞാനറിഞ്ഞു. അച്ഛനെന്നെ വെട്ടിത്തിരിഞ്ഞ് നോക്കി.

"അറിയ്യോ. അവനെന്നെ അകത്ത് കേറ്റിയില്ല."

"അച്ഛനെന്തൊക്കെയാ ഈ പറയുന്നത്?"

"പറയുന്നതാണോ കുഴപ്പം? ഇപ്പോ ആ ഗേറ്റീന്ന് തിരിച്ചുവരികാ ഞാൻ."

ഈ രാത്രിയിൽ എന്നെ കാണാഞ്ഞ് ജാഹ്നവി കോളനിയിലേക്ക് അച്ഛൻ നടന്നെന്നോ!

"എന്നിട്ട്...?"

അറിയാതെ ഞാൻ ചോദിച്ചുപോയി. അടുത്തനിമിഷം അച്ഛൻ അതിനും ഉത്തരം തന്നു. കടുത്ത ക്ഷോഭത്തിൽ.

"ഇനി ഞാനങ്ങോട്ടില്ല. മനസ്സിലായോ നിനക്ക്."

പതിവുനേരത്ത് ബസ്സിറങ്ങി അച്ഛൻ കോളനിയിയിലേക്ക് നടന്നു പോയിട്ട് തിരിച്ചുവന്നിരിക്കുന്നതാണ് ഞാൻ കാണുന്നത്.

"പൊതിയെങ്കിലും അവിടെ വയ്ക്കട്ടെ എന്ന് കെഞ്ചിച്ചോദിച്ചു. അവൻ കേട്ടഭാവം വച്ചില്ല. പരിഷ."

ആരാണ് അച്ഛനെ അകത്തുകയറ്റാതിരുന്നത്? ഗേറ്റിൽ പുതുതായി കണ്ട കാവൽക്കാരനോ? അങ്ങനെയാവാനാണ് സാധ്യത. ഞാൻ ചോദിച്ചു.

"അച്ഛന് പാർത്ഥിപന്റെയോ എന്റെയോ പേര് പറയാമായിരുന്നല്ലോ."

"അതൊക്കെ ഞാനെന്തിന് അവനോട് വിസ്തരിക്കണം. അത് എന്റെയും വീടാണെന്നല്ലേ കരുതീത്. അല്ലെന്നിപ്പോ മനസ്സിലായി."

അച്ഛനെ അനുനയിപ്പിക്കുന്നതെങ്ങനെ എന്ന് ചിന്തിക്കുന്നതിനെക്കാൾ വേഗത്തിൽ കാവൽക്കാരനെ ഏതുവിധത്തിൽ പാഠം പഠിപ്പിക്കുമെന്നാണ് ഞാൻ ചിന്തിച്ചുകൊണ്ടിരുന്നത്. അച്ഛൻ നേരിട്ട വിഷമമെനിക്ക് മനസ്സിലാവുന്നുണ്ടായിരുന്നു. രണ്ട് കിലോമീറ്ററോളം ഇരുട്ടത്ത്

അങ്ങോട്ടുമിങ്ങോട്ടും നടന്ന് വന്നിരിക്കുകയാണ്. അതും കേൾക്കാൻ പാടില്ലാത്ത വായിൽ നിന്ന് കേൾക്കാൻ യോഗ്യമല്ലാത്ത വാക്കുകൾ കേട്ടിട്ട്.

അച്ഛന്റെ പ്രായവും മാനസികാവസ്ഥയും എന്നെ കരച്ചിലിന്റെ വക്കത്തെത്തിച്ചിരുന്നു. അടുത്തേക്ക് നീങ്ങി അങ്ങേയറ്റത്തെ വേദനയോടെ ഞാൻ പറഞ്ഞു, എന്റെ ഇളയ മകനോട് പറയുംപോലെ.

“അവനോട് ഞാൻ ചോദിക്കാം. നമ്മുടെ വീട്ടിൽ നമ്മളെ കയറ്റാത്ത അവനിനി അവിടെ ജോലി ചെയ്യേണ്ട കാര്യമില്ല. അച്ഛൻ നിക്കുമ്പോത്തന്നെ ഞാൻ ചോദിക്കാം.”

അച്ഛനത് കേട്ടഭാവം വച്ചില്ല. ഞങ്ങളുടെ പരിസരത്ത് ആരെങ്കിലും കൂടിനിന്ന് ഇതൊക്കെ കേൾക്കുകയും കാണുകയും ചെയ്യുന്നുണ്ടോ എന്നുപോലും ഞാൻ നോക്കിയില്ല. വീട്ടിലേക്ക് പോകുന്ന കാര്യം മാത്രം അപേക്ഷപോലെ ഞാൻ നിരന്തരം പറഞ്ഞുകൊണ്ടിരിക്കുകയായിരുന്നു.

അച്ഛന്റെ കൈയിലെ പൊതി ഞാൻ കണ്ടു. എനിക്കുള്ള പതിവ് പലഹാരം. അച്ഛന് ഞാനിപ്പോഴും ചെറിയ പെൺകുട്ടിയാണ്. എന്റെ മക്കളെ പേരക്കുട്ടികളായിട്ടാവില്ല, എന്റെ ഇളയതുങ്ങളായിട്ടാവും അച്ഛൻ പരിഗണിക്കുന്നുണ്ടാവുക. ആദ്യത്തെ ബഹളം വയ്ക്കലുകളും കുറ്റപ്പെടുത്തലുകളും കഴിഞ്ഞാൽ അച്ഛൻ ശാന്തനാണ്. പാവമാണ്. അതെനിക്ക് നന്നായറിയാമായിരുന്നു.

എന്റെ യാചനകൾക്കൊടുവിൽ അച്ഛൻ വണ്ടിയിൽ കയറാൻ തയ്യാറായി. പക്ഷേ അമ്മയെ അനുസ്മരിച്ചുകൊണ്ട് എണ്ണിപ്പെറുക്കി പറയുന്നത് തുടർന്നുകൊണ്ടേയിരുന്നു. ജീവിച്ചിരുന്ന കാലത്ത് അമ്മയോട് അച്ഛനത്ര വലിയ പ്രതിപത്തിയൊന്നുമുണ്ടായിരുന്നില്ലെന്ന് ഞാനോർത്തു. മരിച്ചുകഴിഞ്ഞശേഷമാണ് അച്ഛൻ അമ്മയെപ്പറ്റി ഇത്രയേറെ ഓർക്കുന്നതും പറയുന്നതും തന്നെ.

വണ്ടി അതിവേഗത്തിൽത്തന്നെ ഞാൻ ജാഹ്നവിയിലേക്ക് ഓടിച്ചു. അവിടെയെത്തുമ്പോൾ പതിമൂന്ന് വീടുകളിലെയും അംഗങ്ങൾ പുറത്തിറങ്ങി നടുപ്പാതയിൽ തങ്ങിനിൽക്കുന്നുണ്ടായിരുന്നു. അവരെല്ലാം ഉറക്കെയും പതുക്കെയും ഏതോ കാര്യത്തെപ്പറ്റി സംസാരിക്കുന്നുണ്ടായിരുന്നു. അന്നുമാത്രം ഞാൻ കണ്ടിട്ടുള്ള കാവൽക്കാരൻ അവർക്കിടയിൽ തലപൊക്കിനിന്ന് പ്രതിവാദം നടത്തുന്നു. ഓടിച്ചെന്ന് അയാളുടെ ചെമ്പിച്ചമുടിയുള്ള തലയ്ക്ക് ഒന്നുകൊടുക്കാനാണ് എനിക്ക് തോന്നിയത്.

വണ്ടി വന്നുനിന്ന ശബ്ദംകേട്ട് കാവൽക്കാരൻ തിരിഞ്ഞുനോക്കി. പിന്നെ ഓടിവന്നു ഇരുമ്പ്വാതിൽ ആദരവോടെ വലിച്ചുതുറന്നു. എല്ലാവരും നിശ്ശബ്ദരാകുന്നതും ഞങ്ങളെത്തന്നെ ശ്രദ്ധിക്കുന്നതും പലരും അടുത്തേക്കെത്തുന്നതും ഞാൻ കണ്ടു.

അച്ഛനോട് ഞാൻ അഭ്യർത്ഥിച്ചു.

"ഇനിയൊന്നും പറയാൻ നിൽക്കണ്ട. ഞാനിപ്പോ വരാം."

അച്ഛൻ ഒന്നും പറയാതെ ഞാൻ തുറന്ന കതകിലൂടെ അകത്തേക്ക് കയറി. അപ്പോഴേക്കും ആൾക്കൂട്ടം പൂർണമായും വീടിനുപുറത്തേക്ക് എത്തിയിരുന്നു. കാവൽക്കാരനും എത്തിയിട്ടുണ്ട്. ഇറങ്ങിച്ചെന്നപാടെ ഞാൻ അയാളോട് ചോദിച്ചു.

"എന്റെ അച്ഛനെ ഇറക്കിവിടാൻ താനാരാ."

പരുങ്ങലോടെ കാവൽക്കാരൻ പറഞ്ഞു.

"അത് മാഡത്തിന്റെ അച്ഛനാണെന്ന് അറിയില്ലായിരുന്നു."

അയൽവാസികളിലാരോ ഒരാൾ പ്രശ്നത്തെ ഏറ്റെടുക്കുംമട്ടിൽ അറിയിച്ചു.

"മറ്റേയാൾക്ക് പകരം വന്നതാ അയാൾ. ഇടയ്ക്കിടെ അങ്ങനെ ഉണ്ടാവാറുണ്ട്."

"പകരം വന്നയാളാണെങ്കിൽ കാര്യങ്ങൾ ചോദിച്ചു മനസ്സിലാക്കണം. അല്ലാതെ എന്റെ അച്ഛന്റെ മെക്കിട്ടുകേറുകയല്ല വേണ്ടത്."

ഞാൻ എല്ലാവരോടുമായി പറഞ്ഞു. എല്ലാവരും നിശ്ശബ്ദരായി. എനിക്കെന്നെ നിയന്ത്രിക്കാൻ കഴിയുന്നുണ്ടായിരുന്നില്ല.

"നിങ്ങളുടെ ഫാദർ പോയ പിന്നാലെ ഇയാൾ വന്ന് ഏതോ സ്ട്രെയിഞ്ചർ അകത്തു കേറ്റണമെന്ന് റിക്വസ്റ്റ് ചെയ്തുവെന്നറിയിച്ചു. ഞങ്ങൾ പൊലീസിനെ വിളിക്കാൻ തീരുമാനിച്ചതാ. പിന്നെ ഫാദറിന് ഇയാളോട് കാര്യം പറയാമായിരുന്നല്ലോ."

കൂടുതൽ വിശദീകരണങ്ങളിലേക്കും വിലയിരുത്തലുകളിലേക്കും പോകാതിരിക്കാനായി അത്രയുമെത്തിയപ്പോഴേക്കും അച്ഛന്റെ ശീലങ്ങളെപ്പറ്റിയും തൊഴിലിന്റെ സ്വഭാവത്തെപ്പറ്റിയും എനിക്കവരോട് വിശദീകരിക്കേണ്ടിവന്നു. അതിനെത്തുടർന്ന് അല്പനേരംകൂടി നിന്നിട്ട് കഷ്ടമായിപ്പോയല്ലോ എന്ന വായ്ത്താരിയോടെ ജനക്കൂട്ടം പിരിഞ്ഞു. കാവൽക്കാരന്റെ മുഖത്തേക്ക് ഇതിനിടയ്ക്കൊന്നും ഞാൻ നോക്കിയിരുന്നില്ല.

മുഖംകുനിച്ച് ഭാരം തൂങ്ങിയ കാലുകൾ വലിച്ച് ഞാൻ വീടിനകത്തേക്ക് കയറിപ്പോന്നു. വേഷം മാറി അച്ഛൻ തീൻമേശപ്പുറത്ത് പത്രം നിവർത്തിവച്ച് അതിലേക്കും നോക്കിയിരിപ്പുണ്ട്. വായിക്കുകയല്ലെന്ന് മുഖത്തെ നിശ്ചലമായ മാംസപേശികൾ നോക്കിയാലറിയാം. എന്നെക്കണ്ടപാടെ അച്ഛൻ പറയാൻ തുടങ്ങി. തനിയാവർത്തനങ്ങൾ.

ഒന്നും പ്രതികരിക്കാനാവാതെ,അങ്ങേയറ്റം താഴ്ന്ന മനോനിലയിൽ,മുഖം കഴിയുന്നത്ര കാൽത്തൊലിയോടും അതിന്റെ ഊഷ്മാവിനോടും അമർത്തി കരച്ചിലിനും ആകുലതയ്ക്കും ഇടയ്ക്കുള്ള നൂൽപ്പാലത്തിലൂടെ മനസ്സിനെ ഓടിനടക്കാൻ വിട്ടിട്ട് അച്ഛന്റെ അനുസരണയുള്ള കുട്ടിയെപ്പോലെ ഞാനിരുന്നത് അപ്പോൾ മുതലാണ്.

വൈകാതെതന്നെ എന്റെ വിചാരങ്ങളെ മുറിച്ച് അറിയിപ്പുമണി മുഴങ്ങി.

സമയം പന്ത്രണ്ട് മണിയായിരിക്കുന്നു. നാളെ രാവിലെ നാലിന് എഴുന്നേറ്റ് അച്ഛനെ അഞ്ച് മണിക്ക് പറഞ്ഞയയ്ക്കേണ്ടതുണ്ട്. ഇന്നു രാത്രിയിൽ പാർത്ഥിപൻ എപ്പോൾ വരുമെന്നറിയില്ല. വരുമോയെന്നു പോലും.

ആലോചനകളോടെയും മടുപ്പോടെയും ഞാൻ കതക് തുറന്നു.

പുറത്ത് രാവിനും വെളിച്ചത്തിനും മഞ്ഞിന്റെ നേർത്ത ആവരണത്തിനുമിടയിലായി കാത്തുനിൽക്കുന്ന കാവൽക്കാരൻ. അയാളിൽനിന്നും ഉണക്കമീൻ നാറ്റംപോലെ വിയർപ്പുമണം ഉയരുന്നു.

"ക്ഷമിക്കണം മാഡം."

ഞാൻ പല്ലിറുമ്മി. സ്വയം മനസ്സിലോർത്തു. എന്തിനാണ് ഇന്നു മാത്രം കണ്ട ഈ മനുഷ്യനോട് കലഹിക്കുന്നത്? ഞാൻ നിശ്ശബ്ദയായി. അപ്പോഴും കാവൽക്കാരൻ തൊണ്ടവീക്കത്തിന്റെ വലിഞ്ഞ സ്വരത്തിൽ പറഞ്ഞു.

"ക്ഷമിക്കണം. തെറ്റുപറ്റിപ്പോയി."

ഞാൻ അയാളെ നോക്കാതെ പറഞ്ഞു.

"ഉം. പൊക്കോളൂ."

കതകടച്ച് ഞാൻ ഉള്ളിലേക്ക് വരുമ്പോൾ അച്ഛൻ മുകൾനിലയിലേക്കുള്ള കോണി കയറുകയായിരുന്നു. കാവൽക്കാരൻ സംസാരിച്ചത് അച്ഛൻ കേട്ടിട്ടുണ്ടാവണം. ഞാൻ അച്ഛനെ നോക്കി. എന്നെ കുറേ വിഷമിപ്പിക്കാൻ കഴിഞ്ഞതുകൊണ്ടാണോ അമ്മയെ ഓർമ്മിക്കേണ്ടിവന്നതുകൊണ്ടാണോ എന്ന് വേർതിരിച്ചറിയാൻ വയ്യാത്ത ഒരാനായാസഭാവം അച്ഛനിൽ കാണാമായിരുന്നു. അച്ഛൻ തണുത്ത് ശാന്തനായിരിക്കുന്നു. അതെന്തുകൊണ്ടാണെങ്കിലും എനിക്കതിൽ സന്തോഷമേയുണ്ടായിരുന്നുള്ളൂ.

"അച്ഛാ."

അച്ഛൻ തിരിഞ്ഞുനിന്നു. മുഖത്ത് വലിഞ്ഞുമുറുക്കങ്ങളില്ല. പഴയ നിസ്സംഗഭാവം തിരിച്ചെത്തിയിരിക്കുന്നു.

ഞാൻ പതിയെ പറഞ്ഞു.

"നാളെമുതൽ ബസ്സിറങ്ങുന്നിടത്തെ വെളിച്ചത്തിൽ ഞാൻ നിന്നോളാം. അച്ഛനെ പെട്ടെന്നു കാണാവുന്ന വിധത്തിൽ."

ആ വാചകം സ്ഫുടതയോടെ മുഴുവൻ പറയാനെനിക്ക് കഴിഞ്ഞില്ല. എന്നിട്ടും അത് കേട്ടഭാവംപോലും വയ്ക്കാതെ അച്ഛൻ മുകളിലേക്ക് കയറി മറഞ്ഞു. കുറേനേരം മുകളിലേക്കും നോക്കി ഞാൻ നിന്നു. അതിനു ശേഷം, തല കൈകളിൽ താങ്ങി സെറ്റിയിലേക്ക് തന്നെ ഇരുന്നു. പിന്നെ, വാശികൾ മാറ്റിവയ്ക്കാത്ത അച്ഛന്റെകൂടെ മുപ്പത്തിനാല്വർഷം ജീവിച്ച അമ്മയെയോർത്ത് ഞാൻ കരയാൻ തുടങ്ങി. ■

തരംഗിണി സംഗീതസഭ

മാസത്തിലൊരിക്കൽ ഒത്തുകൂടുന്ന സംഗീതസഭ സമ്മേളിക്കുവാൻ അത് ഉചിതമായ ദിവസമേ ആയിരുന്നില്ല. എന്നിട്ടും വിളിച്ചുചേർക്കലിന്റെ മുഖ്യചുമതല വഹിച്ചുകൊണ്ടിരിക്കുന്ന തരംഗിണിയിലെ ഗോപാല മേനോൻ എല്ലാവർക്കും പതിവുപോലെ എസ്.എം.എസ് അയച്ചു. സന്ദേശം ഫോണിൽ കിട്ടിയപാടെ ആകെയുള്ള മുപ്പത്തിനാല് അംഗങ്ങളിൽ മുപ്പത്തിനാലുപേരും വേദനിക്കുന്ന കരൾവലിച്ചിലോടെ സംഗീതമെന്ന മഹാമാരിയെപ്പറ്റി ഓർത്തു. അതോടൊപ്പം സംഭവിച്ചു പോയ ദുരന്തത്തെയും.

ആ നാടിന്റെ അയൽദേശത്ത് ഏതാനും ദിവസങ്ങൾക്കുമുമ്പ് സംഭവിച്ചതും ഇതിനകം സംസ്ഥാനത്തെ പ്രധാനപ്പെട്ട ഒരു സംഭവമായി മാറിക്കഴിഞ്ഞതുമായ ഗായകന്റെ വേർപാടായിരുന്നു ആ ദുരന്തം. അതോടെ തരംഗിണി സംഗീതസഭയിലെ അംഗങ്ങളും നല്ല പാട്ടിഷ്ടപ്പെടുന്ന നാട്ടുകാരെപ്പോലെ മരവിച്ച മാനസികാവസ്ഥയിലേക്ക് എത്തിയിരുന്നു. അവരെ സംബന്ധിച്ച് അവരുടെ നായകൻ തന്നെ യായിരുന്നു മുമ്പ് ദേശപോഷിണിയിൽ പ്രവർത്തിച്ചുകൊണ്ടിരുന്ന അമ്പത്തിരണ്ട് വയസ്സുണ്ടായിരുന്ന ആ ഗായകൻ. അപ്രതീക്ഷിതമായി സംഭവിച്ചതാണ് അദ്ദേഹത്തിന്റെ മരണമെന്ന് പറഞ്ഞുകൂടാ. വേണ മെങ്കിൽ മൃത്യുവിന്റെ പിന്നിലൂടെയെത്തിയ മറ്റാരുടെയോ കനത്ത പ്രഹരത്താൽ സംഭവിച്ചതാണ് ഗായകന്റെ മരണമെന്നും വിലയി രുത്താം.

എന്തായാലും ഗായകന്റെ മരണം ഒരുകാലത്ത് ദേശപോഷിണി യിലൂടെ നാടെങ്ങും പ്രചരിക്കപ്പെട്ട സംഗീതത്തെ ഉപാസിക്കുകയും സ്നേഹിക്കുകയും ചെയ്തിരുന്ന എല്ലാവരുടെയും വേദനയായി കാല ത്തിൽ അടയാളപ്പെടുത്തപ്പെട്ടു കഴിഞ്ഞിരുന്നു.

തന്റെ വീട്ടിലിരുന്ന് തരംഗിണിയുടെ സ്ഥിരാംഗങ്ങൾക്ക് എസ്.എം. എസുകൾ അയയ്ക്കുമ്പോൾ ഗോപാലമേനോൻ ഇക്കാര്യങ്ങൾ ആലോചി ക്കാതിരുന്നില്ല. ഒരുകാലത്ത് അദ്ദേഹവും ദേശപോഷിണിയിലെ പാട്ടുകൾ മൂളിനടന്നിരുന്നവനായിരുന്നു.

പണ്ട് വായനശാല പ്രവർത്തിച്ചിരുന്ന കെട്ടിടത്തിലാണ് ഇപ്പോൾ തരംഗിണി സംഗീതസഭയുടെ അംഗങ്ങൾ ഓരോ മാസവും ഒത്തുകൂടുന്നത്. മനസ്സിനെ ശാഠ്യങ്ങളില്ലാതെ തുറക്കാനും അയൽക്കാർക്കും നാട്ടുകാർക്കും സാഹോദര്യത്തോടെ കൂടിയിരിക്കാനുമായുള്ള പാട്ടുകൂട്ടായ്മയാണത്. അംഗങ്ങളിൽ ഏതാനും പേരൊഴിച്ച് ബാക്കിയെല്ലാവരും ജോലിയിൽനിന്നു വിരമിച്ചവരും വിശ്രമജീവിതം സ്വീകരിച്ച് ആനന്ദിക്കുന്നവരുമായ നാല്പതും അമ്പതും വയസ്സ് കഴിഞ്ഞവരാണ്. ഒന്നോ രണ്ടോ മിടുക്കികളായ ബാലികമാരും മൂന്നോ നാലോ ചെറുപ്പക്കാരും കൂടിയായാൽ സഭയുടെ അംഗത്വം പൂർത്തിയായി. ഇന്നും പെരുമയോടെ നിലനിൽക്കുന്ന സംഗീതസംഘമായ ദേശപോഷിണിയിൽ ഒരു കാലത്ത് പാട്ടുകാരായി പ്രവർത്തിച്ചിരുന്നവരും ഇപ്പോൾ തരംഗിണിയിൽ വന്ന് വെറുതെ അടച്ച തൊണ്ട തുറക്കാൻ പാടാറുണ്ട്. പുതിയ പ്രവണതകൾ വേദികൾ കീഴടക്കിയപ്പോൾ ദേശപോഷിണിയിൽ നിന്നു പുറന്തള്ളപ്പെട്ടുപോയവരായിരുന്നു അവർ.

കേരളത്തിൽ അങ്ങോളമിങ്ങോളമുള്ള വേദികളിൽ വർഷങ്ങളായി ഗാനമേള നടത്തിക്കൊണ്ടിരിക്കുന്ന വലിയ സംഗീതസംഘമായിരുന്നു ദേശപോഷിണി. ഒരുമയോടെ മുന്നോട്ട് കുതിച്ച് സംഗീതനഭസ്സും ആസ്വാദകഹൃദയങ്ങളും ഒരേപോലെ വെട്ടിപ്പിടിക്കാനുള്ള ആവേശത്തിന്റെയും പോരാട്ടത്തിന്റെയും മത്സരത്തിന്റെയും കാലമായിരുന്നു അത്. ദേശപോഷിണിയിൽ ചേർന്ന് പാടാൻ കൊതിക്കാത്തവർ അക്കാലത്തുണ്ടായിരുന്നില്ലെന്നുവേണം പറയാൻ. ദേശപോഷിണിയിലൂടെ പേരെടുത്തവരിലൊരാളായിരുന്നു അന്തരിച്ച ഗായകനും. കാലംപോകെ ആ വിശ്വാസ്യതയ്ക്ക് കോട്ടം തട്ടുന്നതാണ് അനുവാചകലക്ഷങ്ങൾ കണ്ടത്.

അടുത്തകാലത്തായി ആളുകൾക്ക് യഥാതഥമായി പാട്ടുകൾ ആസ്വദിക്കുന്നതിനുവേണ്ടി ദേശപോഷിണി സംഗീതസംഘം വേദിയിൽ യാഥാർത്ഥത്തിൽ വാ തുറക്കാറുണ്ടായിരുന്നില്ല. അവരുടെ ഗാനമേളകളിൽ പിന്നണിക്കാർ വാദ്യങ്ങൾ വായിക്കാറുണ്ടായിരുന്നുമില്ല. പാടുന്നുണ്ടെന്നും വാദ്യങ്ങൾ മീട്ടുന്നുണ്ടെന്നും കേൾവിക്കാർക്കു മുന്നിൽ അവർ അഭിനയിക്കുകമാത്രമായിരുന്നു. അതായിരുന്നു അവരെക്കുറിച്ചുണ്ടായ ആദ്യത്തെ ആക്ഷേപം. ഗായകന്റെ ദേശപോഷിണിയോടുള്ള വിയോജിപ്പിനുള്ള ഒരു പ്രധാന കാരണവും അതായിരുന്നു. വർഷങ്ങൾക്കുമുമ്പുണ്ടായ ആ മുറുമുറുപ്പുകൾ ഗോപാലമേനോൻ ഓർത്തെടുത്തു. പിന്നീട് ദേശപോഷിണിവേദികളുടെ ഗുണമേന്മയെച്ചൊല്ലിയുള്ള പരസ്യമായ തർക്കങ്ങളിലും ദേശപോഷിണി അവതരിപ്പിച്ചു തുടങ്ങിയ പാട്ടുകളിൽ വന്ന അപചയത്തിലും മറ്റുപാട്ടുകാരൊക്കെ മനസ്സില്ലാമനസ്സോടെ ഇണങ്ങിയെങ്കിലും ഗായകനുമാത്രം അതിനോടൊന്നും പൊരുത്തപ്പെടാൻ കഴിഞ്ഞില്ല.

“നമ്മൾ പാടുക തന്നെവേണം. പാടുന്നതായി അഭിനയിച്ചിട്ടെന്ത് കാര്യം!”

അക്കാലത്ത് ദേശപോഷിണി സംഗീതസംഘത്തിലെ പല പാട്ടു കാരോടും അദ്ദേഹം എതിർപ്പുകൾ പറഞ്ഞതായി ഗോപാലമേനോന് അറിയാം. അംഗങ്ങളുടെ പട്ടിണി മാറ്റാൻ കഴിയുന്ന വലിയ പ്രസ്ഥാന മായി ദേശപോഷിണി സംഗീതസംഘം മാറിക്കഴിഞ്ഞിരുന്നു. അതു കൊണ്ടുതന്നെ അതിനെ ധിക്കരിക്കാനോ അതുപേക്ഷിച്ച് മറ്റു സംഗീത സംഘങ്ങളിൽ പ്രവർത്തിക്കാനോ പലർക്കും കഴിയുമായിരുന്നില്ല. പാടുന്നതാണ് പ്രധാനം പാടുന്നതായി ചുണ്ടനക്കുന്നതല്ല എന്നറിയാ മായിരുന്നിട്ടും ചെറുപ്പക്കാരും വലിയ സംഗീതബോധമില്ലാത്തവരുമായ ഗായകരും ദേശപോഷിണിയിൽ തന്നെ തുടരാനും അതായിരുന്നു കാരണം.

ഒരിക്കൽ ചെറിയൊരു വാദപ്രതിവാദത്തിന് മേനോൻ സാക്ഷിയായ തുമാണ്. ഗായകനോട് ദേശപോഷിണിയിലെ ഒരു പാട്ടുകാരൻ ദേഷ്യ ത്തോടെ പറഞ്ഞതായിരുന്നു തുടക്കം.

"നമ്മളിത്തിരി അഭിനയിച്ചാലെന്ത്? പെർഫെക്ഷന് അതുകൂടിയേ തീരൂ. അല്ലെങ്കിൽ ശ്രോതാക്കൾ കൂക്കിവിളിക്കും. ഗാനമേള പൊളിയും. മുതലാളി നമ്മളെ വഴക്കുപറയും. നിങ്ങളും ശ്രദ്ധിച്ചിട്ടില്ലേ മുതലാളി നമ്മളെ ശകാരിക്കുന്ന രീതി. അതുപോലും പാട്ടുതന്നെയല്ലേ എന്നു നമ്മൾ പലപ്പോഴും സംശയിച്ചിട്ടുണ്ട്, അല്ലേ? അങ്ങനെയുള്ള ഒരാളോട് വേദിയിൽ പാടുന്നതായി അഭിനയിക്കാൻ സാധിക്കില്ലെന്ന് നമുക്കെങ്ങനെ പറയാൻ കഴിയും? അതിനുള്ള ധൈര്യം ഇന്നാർക്കുണ്ട്...?"

അത്രയും പറഞ്ഞ് ആരെയോ പേടിക്കുന്നതുപോലെ പാട്ടുകാരൻ നിർത്തി. ഗായകൻ ശാന്തഗാംഭീര്യത്തോടെ മറുപടി പറഞ്ഞു.

"വേണ്ടത്ര പ്രതിഫലം കിട്ടാതെയും പലപ്പോഴും പ്രതിഫലം തന്നെ വേണ്ടെന്നുവച്ചും സ്വരഭംഗി സൂക്ഷിക്കാൻ സമയവും സാവകാശവും കിട്ടാതെയും ഒരുപാടാളുകൾ കെട്ടിപ്പടുത്ത ഗാനമേളസംഘമാണിത്. പൊട്ടിയ തൊണ്ടകൊണ്ട് നമ്മൾ പാടിയ പാട്ടുകളാണ് ജനമനസ്സുകളി ലേക്ക് നമ്മളെ എത്തിച്ചത്. നമുക്കു പിന്നിൽ ഒരുപാട് ഗായകരുടെ അസ്ഥി കളും വിയർപ്പുമുണ്ട്. ആ പാരമ്പര്യം മറക്കരുത്."

അതിന് ഗായകൻ പ്രതീക്ഷിച്ച പ്രതികരണം തന്നെയായിരുന്നു പാട്ടുകാരനിൽ നിന്നുണ്ടായത്.

"പണ്ട് പലരും പട്ടിണി കിടന്നുപാടി ഗാനമേളസംഘത്തെ നയിച്ച തൊക്കെ ശരിയാണ്. ഇന്നതിന്റെ ആവശ്യമില്ല. നമ്മുടെ മുതലാളിക്ക് അത് നന്നായി അറിയാം. അദ്ദേഹം വിദേശരാജ്യങ്ങളിലൊക്കെ പോകുന്ന ആളാണ്. ലോകം മാറുന്നതും പാട്ടിന്റെ ശൈലി മാറുന്നതും അദ്ദേഹം സൂക്ഷ്മമായി നിരീക്ഷിക്കുന്നുണ്ട്. എത്രയെത്ര പുതിയ സംഗീതോപക രണങ്ങളാണ് അദ്ദേഹം വെളിയിൽ നിന്നു വരുത്തുന്നത്. നിങ്ങളൊന്നോർ ക്കണം. ഇന്നത്തെ ഗായകന്മാർക്ക് വേദിയിൽ പഴയ മട്ടിൽ പാടി ശോഭി ക്കാനാവില്ല. പാട്ടുകളുടെ ടെക്നിക്കൽ ക്വാളിറ്റി നിലനിർത്തുന്നതിനു

വേണ്ടിയാണ് നമ്മൾ വേദികളിൽ പാടുന്നതായി അഭിനയിക്കുന്നത്. അതിനെ വിമർശിക്കാൻ നൂറുകണക്കിനാളുണ്ടാവും. പക്ഷേ നമ്മളെ വിശ്വസിക്കുകയും മുതലാളി പറയുന്നതെന്തായാലും അത് ശരിവയ്ക്കുകയും ചെയ്യുന്ന ആയിരക്കണക്കിന് കേൾവിക്കാർ നാട്ടിലുണ്ട്. അതാണ് തന്നെപ്പോലുള്ള ഗായകർ മറക്കാൻ പാടില്ലാത്തത്"

അന്നേരമുള്ള ഗായകന്റെ പ്രതികരണം ഇങ്ങനെയായിരുന്നു.

"അതെ. അതാണ് പ്രശ്നം. വിശ്വസിക്കുന്ന ആളുകളെ ചതിക്കാൻ പാടില്ല. അവർ നമ്മൾ പാടുന്ന പാട്ട് കേൾക്കാനാണ് വരുന്നത്. യന്ത്രങ്ങൾ പാടുന്ന പാട്ട് കേൾക്കാനോ പാട്ട് പാടുന്നതായുള്ള നമ്മുടെ അഭിനയം കാണാനോ അല്ല. സ്വന്തമായുള്ള സൗകര്യത്തിൽ നിന്നു നമ്മൾ പാടിയാൽ മതി. അതിൽ നാണം കെടാനെന്താണുള്ളത്. മനുഷ്യ ഗായകരാണ് നമ്മൾ. ചോരപ്പശിമയുള്ള മനുഷ്യവംശത്തിൽ പിറന്ന ഗായകർ. അങ്ങനെയുള്ള നമുക്ക് പാടുന്നതിന് പളപളാ വേഷവും വേദിയും ആയിരക്കണക്കിന് സംഗീതോപകണങ്ങളും വലിയ പരസ്യ പ്രചാരണങ്ങളും ഒന്നും വേണ്ടല്ലോ."

എന്നിട്ട് ഗായകൻ ഒന്നു ചിരിച്ചതല്ലാതെ തുടർന്ന് സംസാരിക്കാൻ മുതിർന്നില്ല. ഗോപാലമേനോൻ വ്യക്തമായും അതോർക്കുന്നുണ്ട്. ദേശപോഷിണിയിൽ അന്നുണ്ടായിരുന്ന പാട്ടുകാർ അയാളെ അനുനയിപ്പിക്കാൻ നടത്തിയ ശ്രമങ്ങളും വിജയം കണ്ടില്ല. ഒടുവിൽ ആത്മവിമർശനത്തിന്റെയും അതിന്റെ വിലയിരുത്തലിന്റെയും ഫലം വന്ന അപ്രഖ്യാപിതനിമിഷത്തിൽ ഗായകൻ സ്വയമെടുത്ത തീരുമാനമായിരുന്നു ദേശപോഷിണി സംഗീതസംഘത്തിൽ നിന്നു വിട്ടുപോരിക എന്നത്. അങ്ങനെയാണ് പിന്നീടദ്ദേഹം ചെറുതെങ്കിലും ഒരു പാട്ടുകൂട്ടമുണ്ടാക്കിയതും തരംഗിണിയിലെ അതിമോഹങ്ങളില്ലാത്ത സാധാരണക്കാരായ പാട്ടുകാരുടെപോലും ഗായകനായി മനം കവർന്ന് വളർന്നതും.

ഗായകന്റെ മരണത്തിനുശേഷം സംഗീതസഭ സമ്മേളിക്കുവാൻ തീരുമാനിച്ച ദിവസം പഴയ വായനശാലക്കെട്ടിടത്തിലേക്ക് ആദ്യമെത്തിയത് ഗോപാലമേനോൻ തന്നെയാണ്. തന്റെ മാരുതികാർ ഒതുക്കിയിട്ട് ജൂബാക്കൈകൾ തെറുത്തുകയറ്റി ഊന്നുവടിയുമായി അദ്ദേഹം ഇറങ്ങി. വിവിധ രാഷ്ട്രീയകക്ഷികളുടെ കൊടികൾ ചലനമില്ലാതെ തൂങ്ങിക്കിടക്കുന്ന കവലയിലെ സന്ധ്യയിലേക്ക് തരംഗിണി സംഗീതസഭയുടെ പ്രവർത്തകർ ഓരോരുത്തരായി വരാൻ തുടങ്ങി. അസാധാരണമാംവിധം അവരുടെയെല്ലാം മുഖം മ്ലാനതയിലും നിരാശയിലും മൂടപ്പെട്ടിരുന്നു.

"ഇന്നാള് കുറവായിരിക്കാനാണ് സാധ്യത."

ആരോടെന്നില്ലാതെ ഗോപാലമേനോൻ പറഞ്ഞു.

പായലും മഴക്കറകളും പിടിച്ച ആ കെട്ടിടത്തിന് തീരെ പകിട്ടുണ്ടായിരുന്നില്ല. എന്നാൽ അരനൂറ്റാണ്ടുകാലം അക്ഷരഖനി തുറന്ന് ആ

പ്രദേശത്തെ ഒന്നാകെ സമ്പന്നമാക്കിയത് മുമ്പ് അവിടെ പ്രവർത്തിച്ചിരുന്ന വായനശാലയായിരുന്നു. ഇന്ന് വായനശാല സ്വന്തം കെട്ടിടത്തിലേക്ക് മാറി. ടെലിവിഷനും കമ്പ്യൂട്ടറും പ്രതാപങ്ങളുമായി. പഴയകാല വരിക്കാരെല്ലാം തിരോഭവിച്ചെങ്കിലും കുട്ടികളുടെ പഠനപദ്ധതിയെ സഹായിക്കാൻ എത്തുന്ന ചെറുപ്പക്കാരികളായ വീട്ടമ്മമാരുടെയും ചില അധ്യാപികമാരുടെയും ഒച്ചയനക്കങ്ങളാൽ പുതിയ വായനശാലക്കെട്ടിടം മുഖരിതമാകുന്നുണ്ട്.

തരംഗിണിയിലെ അംഗങ്ങൾ വായനക്കാരായിരുന്നില്ല. ജീവിതമാർഗ്ഗമായി സംഗീതത്തെ കൊണ്ടുനടന്നിരുന്നവരോ സംഗീതം പഠിച്ചവരോ ആയിരുന്നില്ല. ഒരിക്കലെങ്കിലും ഒരു ഗാനമേളസംഘത്തിന്റെ മുൻനിരയിലേക്ക് വരണമെന്ന് ആഗ്രഹിക്കാത്തവരും പാട്ട് ഹൃദയങ്ങൾക്കുള്ളതു മാത്രമാണെന്ന് ഉറച്ചു വിശ്വസിക്കുകയും ചെയ്തിരുന്നവരാണ് അവർ. ഒരുമിച്ചുകൂടി മറ്റുള്ളവർക്കായി പാടുക എന്നതുമാത്രമായിരുന്നു അവരുടെ ആഗ്രഹം. മഴയും വെയിലും മറ്റ് പരാധീനതകളും വകവയ്ക്കാത്ത ഉറുമ്പുകളുടെയോ പ്രാണികളുടെയോ ഇലയ്ക്കടിയിലുള്ള ഒരു സംഗമം പോലെയായിരുന്നു തരംഗിണിയുടെ സംഗീതസായാഹ്നങ്ങൾ.

പതിനഞ്ചുമിനിട്ടിനകം അംഗങ്ങളിൽ പലരുമെത്തിച്ചേർന്നു. ഇത്തവണയും കൂട്ടത്തിൽ പതിവില്ലാത്ത ഒരാൾ കേൾവിക്കാരനായെത്തി. വിഷാദമുഖമുള്ള ഒരു ചെറുപ്പക്കാരൻ. വായനശാലക്കെട്ടിടം വഴിയോരത്തായിരുന്നതിനാൽ പാട്ടു തുടങ്ങിയാൽ അതിലേ പോകുന്ന ആരെങ്കിലുമൊക്കെ കയറി വരുന്നതും ഇമ്പമേറിയ ഗാനാലാപനമോ സംഗീതോപകരണങ്ങളുടെ ബാഹുല്യമോ ഇല്ലെന്നുകണ്ട് ഇറങ്ങിപ്പോവുന്നതും വർഷങ്ങളായിട്ട് പതിവാണ്. ശാസ്ത്രീയമായ കർണ്ണാടകസംഗീതമോ ഹിന്ദുസ്ഥാനി സംഗീതമോ തരംഗിണിയിൽ ആരും പാടാറില്ല. അങ്ങനെ പാടാൻ അറിയുന്നവരുമില്ല.

'പറന്നു പറന്നു പറന്നു ചെല്ലാൻ പറ്റാത്ത
കാടുകളിൽ കൂടൊന്നുകൂട്ടി ഞാനൊരു പൂമരക്കൊമ്പിൽ'

എന്നതായിരുന്നു അവിടെ ഏറ്റവും കൂടുതൽ ആവർത്തിച്ചുകൊണ്ടിരുന്ന പാട്ട്.

അംഗങ്ങളിൽ പലരും എത്തിയെങ്കിലും പതിവുപോലെ ഉറക്കെയുള്ള ചിരികളോ വർത്തമാനങ്ങളോ കുശലം പറച്ചിലുകളോ ഉണ്ടായില്ല. പലരും അങ്ങിങ്ങായി കനം തൂങ്ങിയിരുന്നു. ഗായകന്റെ അപ്രതീക്ഷിതമരണത്തിലുള്ള ആഘാതം അവശേഷിക്കുന്നതുകൊണ്ടാവാം അതെന്ന് ഗോപാല മേനോന് തോന്നി. അദ്ദേഹം ചുറ്റിനും നോക്കി. പഴയ അലമാരകളും കസേരകളും മേശയും പൊടിപാറിയ ഇരുണ്ട മൂലകളും മൗനം നുറുക്കിക്കൊണ്ടിരിക്കുന്നു. നടുക്ക് വിരിച്ചിട്ട പുല്ലുപായകളിൽ ചമ്രം പടിഞ്ഞും കാൽ മടക്കിവച്ചും അതേധർമ്മം അനുഷ്ഠിക്കുകയാണ് ഓരോരുത്തരും. ഒരിടത്തായി സലാവുദ്ദീൻ തന്റെ തബല ക്രമപ്പെടുത്തുന്നുണ്ട്.

സ്ഥിരമായി തബല വായിക്കുന്നത് തൊട്ടടുത്ത പട്ടണത്തിലെ പൊറോട്ട തൊഴിലാളിയായ സലാവുദ്ദീനാണ്. ഹാർമോണിയം വായിക്കുന്ന ഹെറാൾഡും നേരത്തെ വന്നിട്ടുണ്ട്. പണ്ട് തുറമുഖത്തെ ചുമട്ടു തൊഴിലാളിയായിരുന്നു. ഒന്നുരണ്ട് കറുപ്പും വെളുപ്പും ചലച്ചിത്രങ്ങളിൽ അഭിനയിച്ചിട്ടുമുണ്ട്. നരച്ച മുടി കറുപ്പിച്ചും ക്ഷൗരം ചെയ്തും നിറമുള്ള കുപ്പായങ്ങളിട്ടും മാത്രം പുറത്തിറങ്ങാറുള്ള ഹെറാൾഡ് അതൊക്കെ ചെയ്തിട്ട് ദിവസങ്ങളായി എന്ന് എല്ലാവർക്കും മനസ്സിലായി.

“എന്നാ തുടങ്ങുവല്ലേ.”

സഭാപതിയായിരിക്കാറുള്ള ഗോപാലമേനോൻ ചോദിച്ചു. സാധാരണ ഗതിയിൽ അതൊന്നും വേണ്ടി വരാറില്ല. ഹാർമോണിയം ശ്രുതിയിടുമ്പോഴേ ചന്ദനപ്പൊട്ടിട്ട വാസുദേവൻ കർത്ത പാടിത്തുടങ്ങുകയാണ് പതിവ്. ദേവീസ്തുതിയിലാണ് തുടക്കം. അല്ലെങ്കിൽ ഗണേശവന്ദനം. ആ പതിവ് ആരംഭിച്ചിട്ട് വർഷങ്ങളായെങ്കിലും അതിനെപ്പറ്റി ആദ്യകാലത്തൊരിക്കൽ ഉബൈദ് ഉന്നയിച്ച വളരെ ഗൗരവപ്പെട്ട ഒരു വസ്തുത സഭയിൽ ചർച്ച ചെയ്തിട്ടുള്ളതും മനസ്സാ അന്നുവരെ ആരും മറന്നുപോയിട്ടില്ലാത്തതുമാണ്.

“നമ്മളെപ്പോലുള്ളവർ ദൈവാരാധനയെ പ്രോത്സാഹിപ്പിക്കാൻ പാടുണ്ടോ? ഇതൊക്കെ അന്ധവിശ്വാസമാണ്.”

ഇതായിരുന്നു അന്ന് ഉബൈദ് ഉയർത്തിപ്പിടിച്ച വാദം.

“കല ദൈവികമല്ലേ ഉബൈദേ?”

ഭാസ്കരൻ തിരിച്ചുചോദിച്ചു. മരപ്പണിക്കാരനായിരുന്നു ഭാസ്കരൻ. ഉബൈദ് രോഷത്തോടെ പറഞ്ഞു.

“ഭാസ്കരേട്ടാ, നമ്മൾ വിശ്വസിക്കുന്നത് സംഗീതത്തിലാണ്. അതിന്റെ ആചാര്യന്മാരാണ് നമ്മുടെ ദൈവം. അല്ലാതെ കണ്ട അള്ളായും ഗണേശനുമൊന്നുമല്ല. എന്റെ അഭിപ്രായമിതാണ്. ദൈവസ്തുതിയൊന്നും വേണ്ട. നമ്മളങ്ങ് പാടിയാൽ മതി.”

വാസുദേവൻ കർത്താ സൗമ്യമായി ശാസിച്ചു.

“കടുംപിടുത്തം എന്തിനാണ്? സംഗീതാരാധനയിൽ അല്പം ദൈവസ്നേഹം കലർന്നോട്ടെ ഉബൈദേ.”

അതിനെത്തുടർന്ന് വലിയൊരു ചർച്ചതന്നെ അന്നു നടന്നു. ഗോപാലമേനോൻ ഓർത്തു. ഒടുക്കം ദൈവമല്ല മനുഷ്യനാണ് ഏതിനും മീതെ എന്ന തീരുമാനത്തിൽ അവരെത്തിച്ചേരുകയും മനുഷ്യരുടെ പ്രണയവും വിരഹവും ഇടകലർന്ന പാട്ടുകൾ പാടി അന്നത്തെ കൂട്ടായ്മ അവസാനിപ്പിക്കുകയും ചെയ്തു. എന്നിട്ടും പിറ്റേന്നുമുതൽ ഹെറാൾഡ് ഹാർമ്മോണിയം തുറന്നാൽ തന്റെ പിടച്ച ശബ്ദത്തിൽ വാസുദേവൻ കർത്ത ഏതെങ്കിലും ദേവീസ്തുതി ആലപിക്കും. അതുകേട്ട് ഉബൈദ് സൗമ്യമായി ചിരിക്കും. ഗോപാലമേനോൻ സാക്ഷിയാണ് അതിനും. എന്നാൽ

നിശ്ശബ്ദമായ ഏതോ വിചാരത്തിന്റെ തുമ്പ് പിടിച്ചിരിക്കുകയായിരുന്നു അന്ന് കർത്തയും.

അന്നത്തെ പരിപാടിയിൽ പങ്കെടുക്കാൻ പത്തൊമ്പത് പേർ മാത്രമേ എത്തിയിരുന്നുള്ളൂ. ഒന്നോ രണ്ടോ ആഴ്ചത്തേക്ക് സംഗീതസഭയുടെ കൂടിച്ചേരൽ നീട്ടിവയ്ക്കാമായിരുന്നു എന്നു ഗോപാലമേനോനും തോന്നി. പുറത്ത് ഇരുണ്ടുമൂടിയ ആകാശവും കാറ്റില്ലാത്ത നിശ്ചലാവസ്ഥയും ചൂടിനെയും മനസ്സുകളെയും ഒന്നുപോലെ വാട്ടിയെടുത്തു.

“എന്താ ആരും തുടങ്ങാത്തത്?”

അത് ചോദിക്കുമ്പോൾ തന്റെ ശബ്ദം ആദ്യത്തേതിനേക്കാൾ ദുർബലമായതായി ഗോപാലമേനോൻ മനസ്സിലാക്കി. തബലയിൽ സന്തൂർ പൗഡർ കുടഞ്ഞെങ്കിലും വിരൽ വയ്ക്കാതെ തല താഴ്ത്തിയിരിക്കുകയായിരുന്നു സലാവുദ്ദീൻ. ഗഞ്ചിറ കൈയിലെടുത്ത പത്മാവതിയമ്മയും അത് അനക്കാൻ ഭയപ്പെടുന്നതുപോലെ എല്ലാവരെയും വെറുതെ നോക്കി. ശൂന്യമായ നോട്ടമെന്ന് അതിനെ ഗോപാലമേനോൻ തിരിച്ചറിഞ്ഞു. വിവരണാതീതമായതും മുമ്പൊന്നും പതിവില്ലാതിരുന്നതുമായ ഒരുതരം പുകഞ്ഞതും ശ്വാസം മുട്ടിക്കുന്നതുമായ അവസ്ഥയായിരുന്നു അത്. ആർക്കും അതിനെതിരെ ഒന്നും ചെയ്യാൻ കഴിയില്ലെന്ന് എല്ലാവരും വിചാരപ്പെടുന്നതുപോലെ തോന്നി.

അവിചാരിതമായി പ്രത്യക്ഷപ്പെട്ട ചെറുപ്പക്കാരൻ കൂട്ടത്തിൽ എഴുന്നേറ്റത് അന്നേരമാണ്. അയാൾ ആ കനം തൂങ്ങിനിന്ന അന്തരീക്ഷത്തെ ശക്തമായി ഉലച്ചുകൊണ്ട് തന്റെ തൊണ്ട ശരിയാക്കി. താഴ്ന്ന മിഴികളും കനപ്പിച്ച കൺപോളകളുമായി എല്ലാവരും അയാളെ ശ്രദ്ധിച്ചു. വീണ്ടും ചിലരൊക്കെ തലതാഴ്ത്തി. വേഷവിധാനത്തിൽ പ്രത്യേകത കാണിക്കുന്ന പൈലി തരകനാണ് എല്ലായ്പ്പോഴും മൈക്ക് കൈകാര്യം ചെയ്യാറുള്ളത്. വയറിനുമേലെ ബെൽറ്റിട്ടു മുറുക്കിയിട്ടും അയഞ്ഞുപോകുമോ എന്നു സന്ദേഹപ്പെടുന്ന പാന്റ്സിനെ വലിച്ചുയർത്തിക്കൊണ്ട് പൈലി തരകൻ മൈക്കെടുത്തു നീട്ടി. ചെറുപ്പക്കാരൻ മൈക്ക് വാങ്ങി.

സഭാംഗങ്ങൾ നിർവ്വികാരമായി അയാളെ നോക്കി. വാസുദേവൻ കർത്തയുടെ ദൈവവന്ദനമില്ലാതെ ആരംഭിക്കാൻ പോകുന്ന ആദ്യത്തെ ഗാനമേളയാണല്ലോ അതെന്ന് ഗോപാലമേനോൻ ഓർമ്മിച്ചു. എന്തുകൊണ്ടായിരിക്കും വാസുദേവൻ കർത്താ ദൈവത്തെ അന്നേദിവസം മറന്നതെന്നും മേനോൻ ആലോചിക്കാതിരുന്നില്ല. അവിടെയിരുന്ന പലരുടെയും ചിതറിയ ചിന്തകളിൽ അതെല്ലാമുണ്ടായിരുന്നു.

ചെറുപ്പക്കാരൻ പാടാൻ പോകുന്ന പാട്ടേതെന്നറിയാൻ ഹെറാൾഡു പോലും താത്പര്യം കാണിച്ചതേയില്ല. ചെറുപ്പക്കാരനാവട്ടെ ഏതാണ്ടൊരു വിസ്മൃതിയിലെന്നോണം മച്ചിലേക്ക് ദൃഷ്ടിയുറപ്പിച്ചു നിൽക്കുകയായിരുന്നു. അയാളുടെ മുഖത്ത് ചായം പുരട്ടാത്ത കറുത്ത താടിരോമങ്ങൾ ദൃഢമായി വളർന്നു നിന്നിരുന്നു. അയാളുടെ മുഷിഞ്ഞ വെള്ളമുണ്ട് ഒരറ്റം

ഇറങ്ങിയും കയറിയും അലക്ഷ്യമായി കാണപ്പെട്ടു. അയാൾ മാത്രമാണ് സദസ്സിൽ വള്ളിച്ചെരുപ്പിട്ടിരുന്നത്. അയാളുടെ പോക്കറ്റിൽ ചില്ലറപ്പൈസ പോലുമില്ലെന്ന് അയാളുടെ കീശയുടെ അകത്തേക്കുള്ള ഒട്ടൽ വെളിപ്പെടുത്തി. എന്നിട്ടും അയാളുടെ പരുക്കൻ മുഖരോമങ്ങൾക്കും വരണ്ട ചുണ്ടുകൾക്കും കവിളിലെ തൊലിക്കുമിടയിൽ എവിടെയോ ഒരു പുഞ്ചിരി തങ്ങിനിൽക്കുന്നുണ്ടെന്നും അവർക്കെല്ലാം തോന്നി.

എല്ലാവരും ചെറുപ്പക്കാരനെ ശ്രദ്ധിക്കുമ്പോൾ വാസുദേവൻ കർത്ത മൈക്ക് ഇല്ലാതെതന്നെ സ്വതസിദ്ധമായ രീതിയിൽ പാടിത്തുടങ്ങി.

"വിണ്ണിലിരുന്ന് ഉറങ്ങുന്ന ദൈവമോ...

മണ്ണിതിൽ ഇഴയുന്ന മനുഷ്യനോ... അന്ധനാര്... അന്ധനാര്...

അന്ധകാരപ്പരപ്പിതിൽ അന്ധനാര്...?"

ധീരമായതും നിത്യമൂകമായതെന്നു തോന്നിപ്പിച്ചതുമായ ശോകത്തിലേക്ക് സഭാതലവും അതിലെ അംഗങ്ങളും പെട്ടെന്ന് നിപതിച്ചു. കർത്ത അങ്ങനെ പാടിത്തുടങ്ങുമെന്ന് ആരും നിനച്ചിരുന്നില്ല. ചെറുപ്പക്കാരൻ കുനിഞ്ഞ് അരികിലേക്കിരുന്ന് കർത്തയ്ക്ക് മൈക്ക് പിടിച്ചുകൊടുത്തു. പാട്ടിലേക്ക് പതിയെപ്പതിയെ എല്ലാവരും ഒഴുകിപ്പരക്കാൻ തുടങ്ങി. വളരെ വേഗം ഹെറാൾഡ് ഹാർമ്മോണിയത്തിൽ ചടുലമായി. സലാവുദ്ദീൻ ജീവിതത്തിലിന്നേവരെ പുറത്തെടുക്കാത്ത വിരലുകളുമായി തബലയിലൂടെ മിന്നിക്കയറി. പാട്ടവസാനിപ്പിച്ചത് അജ്ഞാതനായ ചെറുപ്പക്കാരന്റെ പങ്കാളിത്തത്തോടെയാണ്. ദീർഘനേരത്തേക്ക് നീണ്ടുനിന്ന കനത്ത കൈയടി അവിടെ മുഴങ്ങി.

കൈയടി നിലച്ചുകഴിഞ്ഞപ്പോൾ സഭാതലം കനമേറിയ നിശ്ശബ്ദതയിലേക്ക് വീണു. മറ്റൊരവസരത്തിലായിരുന്നെങ്കിൽ ആരെങ്കിലുമൊക്കെ വാസുദേവൻ കർത്തയെ ലളിതമായി പരിഹസിക്കുകയോ നേരമ്പോക്കിനു വകയുണ്ടാക്കുകയോ ചെയ്യുമായിരുന്നു. പക്ഷേ ആരും മിണ്ടിയില്ല. പലരും തലതാഴ്ത്തിയിരിക്കുകയായിരുന്നു. പാടേണ്ട പാട്ടുകളെ അവരൊക്കെ മനസ്സിലേക്ക് ആനയിക്കുകയാണെന്ന് ഗോപാലമേനോന് തോന്നി.

വൈകാതെ ചെറുപ്പക്കാരനിൽ നിന്ന് അടുത്ത പാട്ട് പൊട്ടിവീണു. അതിൽ ഇരുമ്പിന്റെ മനോഹാരിതപോലെ ഒരിമ്പം കലർന്നിരുന്നു. ഒരു ഘട്ടത്തിൽ പാട്ടിലേക്ക് എല്ലാവരും ചേർന്നു. മൈക്ക് തന്റെ കറകറ ശബ്ദമുണ്ടാക്കാൻ അപ്പോഴും മറന്നുപോയി.

"കാണാത്ത വിധിയുടെ ബലിക്കൽപ്പുരയിൽ
കാലം മനുഷ്യനെ നടയ്ക്കുവച്ചു.
മിഥ്യയാം നിഴലിനെ,മിണ്ടാത്ത നിഴലിനെ
സത്യം ഇതേവരെ പിന്തുടർന്നു...
വെറുതെ പിന്തുടർന്നു..."

വായനശാലക്കെട്ടിടത്തിലെ തരംഗിണി സംഗീതസഭയുടെ അംഗങ്ങൾ ഓരോരുത്തരും പതിവില്ലാത്തവിധം തുടർന്ന് പാടാൻ തുടങ്ങി. പാടാത്തവരായി അവിടെ ഇരിക്കുന്നവരിൽ അന്നാരുമുണ്ടായിരുന്നില്ല എന്നതും ഗോപാലമേനോനെ അദ്ഭുതപ്പെടുത്തി.

ഒരോ പാട്ടു കേൾക്കുമ്പോഴും അവരെല്ലാം മരിച്ചുപോയ ഗായകനെപ്പറ്റി ഓർത്തു. ദേശപോഷിണി സംഗീതസംഘത്തിൽ നിന്നിറങ്ങിവന്നതിനുശേഷം കിട്ടിയ വേദികളിലെല്ലാം സംഗീതോപകരണങ്ങളുടെ കലർപ്പും അകമ്പടിയുമില്ലാതെ ഗായകൻ പാടി സദസ്സു പിടിച്ച സാധാരണ ഗാനങ്ങളായിരുന്നു അതെല്ലാം.

ഓർക്കുന്നതാണ് സലാവുദ്ദീൻ തബലയിൽ വായിച്ചുകൊണ്ടിരുന്നത്. സലാവുദ്ദീന്റെ ഓർമ്മയിൽ കെടാമംഗലം സദാനന്ദന്റെ കഥാപ്രസംഗവേദികൾ തിങ്ങി. അതിൽ കെടാമംഗലം പപ്പുക്കുട്ടിയുടെ പാട്ട് നിറഞ്ഞു. അന്ന് വേദിക്കു മുന്നിലെ പൂഴിമണ്ണിൽ അരങ്ങിലെ കലാകാരന്റെ കൈയോടുന്ന തബലയിൽ നോക്കിയിരുന്നപ്പോൾ കേട്ട പാട്ടുകൾ. കൊട്ടുന്നതിനിടെ സലാവുദ്ദീൻ ഹൃദയത്താലെ പാടി.

“പരദേശി പോയെന്നും പട്ടാളം വിട്ടെന്നും
ഭരണക്കാർ നമ്മുടെ കൂട്ടരെന്നും,
പറയുന്നു നാട്ടുകാർ,എന്നിട്ടുമെന്തിനോ
പരമന്റെ അച്ഛനെ തൂക്കുമെന്നോ...”

അന്നത്തെ സദസ്യർ പൊട്ടിക്കരഞ്ഞത് സലാവുദ്ദീൻ ഓർത്തെടുത്തു. ഇരുട്ടിൽ പലയിടത്തും ചെങ്കൊടികൾ നിഴലുപോലെ കാറ്റിലാടി നിന്നിരുന്നത് സലാവുദ്ദീന് ഓർമ്മയുണ്ടായിരുന്നു. പകലിലെ രക്തമുദ്രയും ഇരവിലെ തീജ്വാലയുമായിരുന്നു ഓർമ്മയിലെ ആ ചെങ്കൊടികൾ. സലാവുദ്ദീൻ തബലയിലൂടെ കാലങ്ങളിലേക്കു അലഞ്ഞു. അയാളെ തേടി വിസ്മരിക്കപ്പെട്ട പാട്ടുകൾ കാലത്തിന്റെ ചത്വരങ്ങൾ കടന്നെത്തി.

ആവേശത്തോടെ എണീറ്റ ഗോപാലമേനോൻ ഊന്നുവടിയിൽ ബലപ്പെട്ട് വെള്ളികെട്ടിയ സ്വരത്തിൽ തന്റെ പാട്ടിനെയും വിളക്കി.

“ഇളവില്ലാ വേലയാണ്,
ഇളകാനും നേരമില്ല,
ഇതുവഴി പോരുമോ നീ
തെന്നലേ... തെന്നലേ...”

അപ്പോൾ സംഗീതസഭയുടെ അംഗങ്ങളെല്ലാവരും ആരും പറയാതെ തന്നെ എഴുന്നേറ്റു. ഗോപാലമേനോൻ പാടിത്തീർത്തപ്പോൾ അന്നത്തെ അതിഥിയായി കയറിവന്ന ചെറുപ്പക്കാരൻ മൈക്ക് മാറ്റിവച്ച് തന്റെ നഗ്നമായ തൊണ്ടയിലൂടെ അടുത്ത പാട്ട് ഉറക്കെ പാടി.

“ബലികുടീരങ്ങളേ...”

അവരെല്ലാവരും ആ ദിവസം പ്രതീക്ഷിച്ചുകൊണ്ടിരുന്ന ഗാനം അതായിരുന്നുവെന്ന് ഗോപാലമേനോന് മനസ്സിലായി. അത് ദിവസങ്ങൾക്കുമുമ്പ് മരിച്ചുപോയ ഗായകനുള്ള ആദരാഞ്ജലിയല്ലാതെ മറ്റൊന്നുമായിരുന്നില്ല. എല്ലാവർക്കും വേണ്ടി ആവേശത്തോടെ ബലികുടീരങ്ങൾ പാടുമായിരുന്ന ഗായകനെ അവരെല്ലാം ഒന്നുകൂടി ഓർത്തെടുത്തു. സ്മരണകളിരമ്പുന്ന രണസ്മാരകങ്ങളെ ഓർത്തുകൊണ്ട് ഹെറാൾഡ് ഹാർമോണിയത്തെ വിറപ്പിച്ചെടുത്തപ്പോൾ സലാവുദ്ദീന്റെ വിരലുകൾ തബലയെ പെരുക്കി. പത്മാവതിയമ്മ ഗഞ്ചിറയെ ഒരാവേശമാക്കി.

അപ്പോഴെല്ലാം തൊണ്ടയിൽ വേദന വലിയുന്നത് പലരുമറിഞ്ഞു. വേദന പതിയെ പാട്ടുപകരുന്ന ആവേശമായി നിറയുകയാണ്. തിരമാലകൾ പോലെയോ പർവ്വതഗർജ്ജനങ്ങൾ പോലെയോ പാട്ടിന്റെ വരികളിരമ്പുന്നു. അതൊരു ഗായകസംഘത്തിന്റെ ആലാപനമായി മാറാനും ഏറെ നേരം വേണ്ടിവന്നില്ല. അവരെല്ലാവരും മുന്നേനടക്കുന്ന ചെറുപ്പക്കാരന്റെയും ഗോപാലമേനോന്റെയും പിന്നാലെ കതക് തുറന്ന് പുറത്തേക്കിറങ്ങി തെരുവിലൂടെ നടന്നു.

അന്ധരായ ഗായകസംഘങ്ങളുടെ ചലനങ്ങളെ അവർ ഓർമ്മിപ്പിച്ചെങ്കിലും അതിനെക്കാളെല്ലാം വലിയ വിസ്മയമായി ഇരുവശത്തെയും വീടുകളിൽ നിന്ന് ആളുകൾ ഇറങ്ങിവന്ന് ഗായകസംഘത്തോടൊപ്പം ചേരുന്നുണ്ടായിരുന്നു. എല്ലാവരും തന്നെ ചുണ്ടുകളിൽ ഒരേ താളത്തിൽ ചെറുപ്പക്കാരൻ പാടിയ പഴയ പാട്ടുകൾ കരുതിവയ്ക്കുകയും മറ്റുള്ളവർ കേൾക്കാനായി ഏറ്റുപാടുകയും ചെയ്യുന്നുണ്ടായിരുന്നു. ഗോപാലമേനോൻ തിരിഞ്ഞുനോക്കുമ്പോൾ കണ്ടത് പിറകിൽ തരംഗിണി സംഗീതസഭ എന്ന കൂട്ടായ്മ നാദലയം നിറഞ്ഞ ഒരു കടൽ പോലെ പെരുകുന്നതാണ്.

പുറത്ത് നിശ്ചലമായ മൂവന്തി മൂരിനിവർത്തി നോക്കി. ഇലകളിൽ കറുപ്പിട്ടുകൊണ്ടിരുന്ന സന്ധ്യ തലയുയർത്തി. കൊടിമരങ്ങളെത്തേടി കാറ്റ് വന്നു. അവിടുത്തെ ചുവന്ന പതാകകൾ പാറാൻ തുടങ്ങി.

തരംഗിണി സംഗീതസഭയുടെ ചരിത്രത്തിലെ ആദ്യത്തെ ജനകീയ ഗാനമേളയായിരുന്നു അന്നവിടെ സംഭവിച്ചത്.

(ഈ കഥയിൽ ഉപയോഗിച്ചിട്ടുള്ള ഗാനങ്ങളുടെ രചയിതാക്കളോട് കടപ്പാടും അഭിവാദ്യങ്ങളും.)

■

മാംസഭുക്കുകൾ

നഗരത്തിലെയും പരിസരഗ്രാമങ്ങളിലെയും വീടുകളിൽ കഴുകന്മാർ പാർക്കുന്നുണ്ടെന്ന് പുറംലോകമറിഞ്ഞത് അടുത്തിടെയാണ്. ചാനലുകൾ രണ്ടുദിവസം ആഘോഷിച്ച വാർത്തതന്നെയായിരുന്നു അത്. പത്രങ്ങളും പ്രത്യേക പേജുകളിൽ ചിത്രം സഹിതം വാർത്ത വിതറി. കഴുകന്മാരിലൊരാൾ പ്രത്യക്ഷപ്പെട്ടത് സ്റ്റേഡിയംറോഡിലെ സിറിലിന്റെയും സാറയുടെയും വീട്ടിലാണ്. ഒന്നരമാസം മുമ്പായിരുന്നു അത്.

കിടപ്പുമുറിയിലെ കൊതുകുവല നീക്കി പുറത്തേക്കു കാൽവച്ച സാറ കണ്ണടയ്ക്കൊപ്പം നിലത്തുവച്ചിരുന്ന ഫോണെടുത്ത് മുടിയൊതുക്കി പതിവുപോലെ ചെവിയിലേക്ക് ചേർത്തു. എന്നിട്ടാണ് മുറി വിട്ടുനീങ്ങിയത്. അങ്ങനെയാണ് പതിവ്.

"ഗുഡ്മോണിംഗ് പപ്പ..."

"ഗുഡ്മോണിംഗ് മോളേ... നീയിന്ന് അഞ്ച് മിനുട്ട് നേരത്തെയാണല്ലോ. ഞാൻ നടത്തം കഴിഞ്ഞ് വന്ന് ഷൂലേസിൽ കൈവച്ചു. അത്രേയുള്ളൂ..."

"എന്നാ ശരി. ഷൂസഴിച്ച് തെയ്യാമ്മച്ചേട്ടത്തിയുടെ മധുരമില്ലാത്ത കാപ്പി കുടിച്ചോ."

ഷൂസിലേക്കു കുനിയുന്ന പപ്പയുടെ തൊണ്ടയിൽ നിന്നുണ്ടായ ഞരക്കം കേട്ടുകൊണ്ട് സാറ ഫോൺ വച്ചു. സാറയുടെ ഭർത്താവിന്റെ പപ്പ എന്തുചെയ്യുമ്പോഴും ആയാസം കിട്ടുന്നതിനായി ഒരു ഞരക്കമുണ്ടാക്കും. ചെറുപ്പത്തിലും അങ്ങനെതന്നെയായിരുന്നു എന്നാണ് അവളുടെ കേൾവി. പിന്നീട് കിടപ്പുമുറിയിലേക്കൊന്ന് നോക്കി സാറ ഫോണിൽ സ്പീഡ് ഡയലിന്റെ നമ്പർ 7 അമർത്തി. അത് കാത്തിരുന്ന പോലെ വിവേക് അപ്പുറത്ത് ഫോണെടുത്തു.

"ചക്കരേ... ഊംംംമ്മ..."

വിവേക് മന്ത്രിക്കുംപോലെ പറഞ്ഞു. സാറ അതിൽ ഉലഞ്ഞുപോയി. അവളൊന്ന് തളർന്ന് ഫോണിന്റെ വായഭാഗത്തിലൂടെ നിശ്വാസമയച്ചു. തന്നെ കൊല്ലുന്ന നിശ്വാസം എന്ന് വിവേക് ഇടയ്ക്കിടെ പറയാറുള്ള അതേ കാറ്റൂതുംനാദം. കേട്ടതിലലിഞ്ഞെങ്കിലും അവളൊരു കൊളുത്ത് എറിഞ്ഞു.

"എന്താ ഒരു ഉഷാറില്ലാതെ. കാലത്തൊന്ന് മുട്ടിയ മട്ടുണ്ടല്ലോ."

"ഹേയ്..."

വിവേക് ഉഴപ്പിച്ചിരിയിൽ മറ്റൊരു വിഷയം സംസാരിക്കാനായി പരതി. പക്ഷേ സാറ വിട്ടില്ല.

"ആ ഹേയിൽ എല്ലാമുണ്ട് മോനേ... നീയല്ലേ ആള്... സത്യം പറ..."

വിവേക് സത്യം പറയാൻ നിർബന്ധിതനായി.

"അത് പിന്നെ... തോണ്ടുമ്പോ കൈ തട്ടുന്നതെങ്ങനാടീ..."

സാറ പരിസരം മറന്ന് വിഷാദിയായി. അവൾ സിറിലിനെ വിസ്മരിച്ചു. പുലർകാലത്തെ മറന്നു. സാറ ദുഃഖിതയായി പരിഭവം പറഞ്ഞു.

"എന്നെയല്ലേ നിനക്ക് വേണ്ടാത്തേ? കൊടുത്തോ എല്ലാം അവിടെ കൊടുത്തോ... ഞാൻ ഭാര്യയല്ലല്ലോ?"

ആ നിമിഷമാണ് ആകാശത്ത് ചിറകടി മുഴങ്ങിയത്. സാറയ്ക്ക് മനസ്സിലായില്ല. വിവേക് പറഞ്ഞു.

"സോറി കുട്ടാ... സിറ്റീല് സിറിലുള്ളപ്പോ വരാനെനിക്ക് മടിയാ... ഒന്നുമല്ലെങ്കിലും ഞങ്ങള് പ്രീ സ്കൂള് മുതല് ഒന്നിച്ചല്ലേ. നീ ക്ഷമിക്ക്..."

സാറയ്ക്ക് കരച്ചിൽ വന്നു. അവൾ തേങ്ങിപ്പോയി.

"എന്നു വരും...? അതുപറ... എനിക്കു കാണണം."

"വരാം."

"എന്ന്...?"

"വരാമെടാ കുട്ടാ..."

"പട്ടീ... നിനക്ക് സ്നേഹമെന്താന്നറിയില്ല."

സാറ അമർത്തിപ്പിടിച്ച ഒച്ചയിൽ പല്ലിറുമ്മലോടെ പുലമ്പി. പിന്നെ ഫോൺ വച്ചു. അവൾ തിരിയുമ്പോൾ പിന്നിലേക്ക് സിറിൽ ഉണർന്നുവരുന്നുണ്ടായിരുന്നു. അവളൊന്ന് നടുങ്ങി. ആ നേരത്ത് സിറിൽ ഉണരുന്ന പതിവില്ലാത്തതാണ്.

"പപ്പ ഇന്നെന്തു പറഞ്ഞു."

സിറിൽ ചോദിച്ചു.

"ഒന്നും പറയണ്ട. ഇപ്പോഴാ ഓട്ടം കഴിഞ്ഞ് വന്നത്. ഈയിടെയായി പപ്പ ഭയങ്കര ഉഴപ്പാ... സിറിലിന് യാതൊരു ശ്രദ്ധയുമില്ലല്ലോ... മരുമകളായിട്ടല്ല, മകളായിട്ടാ ഞാൻ പപ്പയെ നോക്കുന്നത്."

സിറിൽ അവളെ പതിയെ തന്നോട് ചേർത്തുപിടിച്ചു. അപ്പോൾ അവൾക്ക് വിവേകിനോട് വെറുപ്പു തോന്നുകയും സിറിലിനോട് ഇഷ്ടം കൂടുകയും ചെയ്തു. അല്പനേരം കഴിഞ്ഞാൽ അത് പഴയപടിയാകുമെന്ന് അവൾക്ക് അനുഭവം കൊണ്ട് അറിയാം.

"ചെറുപ്പം തൊട്ടേ ഞരങ്ങ്വേം മൂളേം ചെയ്യുമെങ്കിലും പപ്പയ്ക്കിപ്പോഴും നല്ല ആരോഗ്യാടീ."

സിറിൽ അവളെ പതിയെ അമർത്തി. ആ അമർത്തലിൽ അവൾ സഹകരിക്കുകയാണെങ്കിൽ ഒന്നു കിടപ്പുമുറിവരെ പോയി ഇഷ്ടം കൂടി വരാമെന്ന് അയാൾക്കുണ്ടായിരുന്നു. സാറ അതിനെ പ്രോത്സാഹിപ്പിച്ചില്ല. അവൾ പിടിവിടുവിച്ച് ഫോൺ ഉടുപ്പിന്റെ പോക്കറ്റിൽ തള്ളി വിസർജ്ജനമുറിയിലേക്ക് നടന്നു. സിറിൽ നേരേ അടുക്കളയിലേക്കും പോയി.

അടുക്കളക്കതക് തുറക്കുന്നത് ആറാം നിലയുടെ വിശാലതയിലേക്കാണ്. ചായപ്പാത്രമെടുത്ത് വെള്ളം നിറയ്ക്കുമ്പോൾ കറുത്ത ചായ മടിച്ച കമ്പിയഴിക്കപ്പുറം നിഴലനങ്ങുന്നത് സിറിൽ കണ്ടു. കൈവരിയിലിരുന്ന് കഴുകൻ അയാളെ കൗതുകത്തോടെ നോക്കുകയാണ്.

ങേ, ഇവിടെയെങ്ങനെ കഴുകൻ വരാനാണ്?

ഒരു സാധാരണക്കാരനെപ്പോലെ സിറിൽ വിസ്മയിച്ചു.

അടുക്കളയിലേക്ക് അപ്രതീക്ഷിതമായി വന്ന സാറയും അവിടെ കഴുകനെ കണ്ട് നടുങ്ങിപ്പോയി.

"സിറിൽ...?"

നിലവിളി പുറപ്പെടുവിച്ച നിമിഷം അവളോർത്തു. ഭയം വന്നാൽ വിളിക്കാൻ സിറിൽ എന്നൊരു പേരേയുള്ളൂ. ചുറുചുറുക്കും ഇഷ്ടവും നോക്കി വിളിക്കാൻ നാലഞ്ച് അക്കങ്ങളും പേരുകളുമുണ്ട്. എങ്കിലും...

"നോക്ക് സിറിൽ... ഈഗിൾ..."

സാറ ഭയത്തോടെ സിറിലിനെ അമർത്തിപ്പിടിച്ചു. അയാളും അവളെ തന്നോട് ചേർത്തുപിടിച്ച് പിറകോട്ടുമാറി. അപ്പോൾ കഴുകൻ ഒന്നു പൊങ്ങിപ്പറന്നിരുന്നു.

"നീ പേടിക്കേണ്ട. അതകത്തേക്കു വരികയൊന്നുമില്ല. ഗ്രില്ലല്ലേ ഉള്ളത്."

സിറിൽ അവളെ അടർത്തിമാറ്റി നിലം തുടയ്ക്കുന്ന തുണിയും കോലുമെടുത്ത് കഴുകനുനേരെ വീശി. നിർഭയം അത് അവരെ നോക്കിയിരുന്നതല്ലാതെ ഇളകിയില്ല. സിറിൽ പിന്നെയും ആട്ടി നോക്കി. അപ്പോഴും അതുതന്നെ സംഭവിച്ചു. പിന്നെ അവർ എന്തുതന്നെ ചെയ്തിട്ടും അതവിടുന്ന് അനങ്ങിയതേയില്ല.

"ങാ... അതവിടെയിരിക്കട്ടെ. നീ ചായയുണ്ടാക്ക്."

"എനിക്കിവിടെ ഒറ്റയ്ക്ക് നിൽക്കാൻ വയ്യ. സിറില് പോകല്ലേ..."

സാറയ്ക്ക് കരച്ചിൽവന്നു. സിറിൽ അവളെ നോക്കി പറഞ്ഞു.

"നല്ല ലക്ഷണമല്ല ഒരു കഴുകന്റെ വരവ്."

സാറ അങ്ങോട്ടുള്ള കതകടച്ചുപൂട്ടി. കൈയിൽ കാമറയുമായി സിറിൽ വീണ്ടും അടുക്കളയിലേക്കെത്തി. സാറയ്ക്ക് സമാധാനം തോന്നി.

"എടീ... രണ്ട് പടമെടുത്തേക്കാം."

അയാൾ പറഞ്ഞതുകേട്ട് അവൾ വീണ്ടും കഴുകനെ നോക്കി. അത് അവിടെത്തന്നെയുണ്ടായിരുന്നു. സിറിൽ കാമറ നേരെയാക്കി ധൃതിയിൽ ചിത്രങ്ങളെടുത്തു. അപ്പോഴും അത് ഭയം പ്രകടിപ്പിച്ചില്ല. അതോടെ സാറയ്ക്ക് അദ്ഭുതമായി. സിറിലിനും. അയാൾ ഒന്നുകൂടി അടുത്തേക്കു ചെന്ന് കുറേ പടംകൂടി എടുത്തു.

"ഇതെന്താ ഒരുമാതിരി പരിചയമുള്ള കോഴിയെപ്പോലെ... ഇതിന് പേടിയൊന്നുമില്ലേ?"

സിറിൽ അദ്ഭുതപ്പെട്ടപ്പോൾ സാറയ്ക്കും അത് ശരിവയ്ക്കാതിരിക്കാനായില്ല. അവളും അടുത്തേക്ക് ചെന്നു. ഇപ്പോൾ ഇരുവരും അതിന്റെ തൊട്ടടുത്തായി. ജയിലിൽ കിടക്കുന്ന പ്രതിയെ കാണാൻ ചെന്ന ബന്ധുക്കളെപ്പോലെ അവർ മുഖാമുഖം നിന്നു. ജയിൽ ഏതാണെന്ന് ഒരു നിമിഷം സാറയ്ക്ക് സംശയം തോന്നി. കഴുകൻ ജീവിക്കുന്നതോ അതോ തങ്ങൾ ജീവിക്കുന്നതോ?

"സിറിലേ... ഇതിനെ ആരെങ്കിലും വളർത്തുമോ...?"

"വളർത്തുമായിരിക്കും. ഇപ്പോ ആര് ഏത് മൃഗത്തിനെയാ വളർത്താത്തത്?"

സിറിൽ ചോദിച്ചപ്പോൾ സാറയ്ക്ക് അതിലൊരു നിഗൂഢധ്വനി വെറുതെ തോന്നി. അവൾ അല്പം സംശയിച്ച് സിറിലിനെ നോക്കുകയും ചെയ്തു. അയാൾ അത് ശ്രദ്ധിക്കാതെ മുന്നിൽക്കിട്ടിയ ജീവിയുടെ പടമെടുക്കുകയായിരുന്നു.

ചായ കൂട്ടി കഴിഞ്ഞ് സിറിലിനെ വിളിച്ചശേഷം സാറ ചോദിച്ചു.

"കഴുകന് ബിസ്കറ്റ് കൊടുത്താലോ...?"

"പിന്നെ ആരോറൂട്ടിന്റെ ബിസ്കറ്റ് തിന്നല്ലേ കഴുകൻ വളരുന്നത്. അതിന് ഇറച്ചിയാടീ പ്രിയം."

ഒരുനിമിഷത്തേക്ക് അവൾക്ക് വീണ്ടും വിവേകിനെ ഓർമ്മ വന്നു. അവളുടെ ശരീരത്തെ താലോലിക്കുമ്പോൾ വിവേക് പറയാറുള്ളത് ഇത് നെയ്മുറ്റിയ നല്ല ഇറച്ചിയാണെന്നാണ്. ഇറച്ചി എന്ന വാക്ക് അപ്പോഴൊന്നും അവളെ അസ്വസ്ഥയാക്കിയിരുന്നില്ല. പക്ഷേ കഴുകന്റെ സാന്നിദ്ധ്യത്തിൽ ഇറച്ചി എന്ന വാക്ക് ഭയാനകമായി അവൾക്കനുഭവപ്പെട്ടു.

"മീനില്ലേടീ ഫ്രിഡ്ജില് അത് കൊടുത്തുനോക്കിയേ..."

സിറിൽ പറഞ്ഞപ്പോൾ അവളുണർന്നു. അവൾ അയാളെ പകച്ചുനോക്കി.

"തിന്നുവാണെങ്കിൽ ഇതിണങ്ങിയതാണെന്ന് കൂട്ടാം."

സാറ എതിർപ്പൊന്നും പ്രകടിപ്പിക്കാതെ ഫ്രിഡ്ജ് തുറന്ന് മീൻവട്ടി പുറത്തെടുത്തു. അപ്പോൾ അഴിക്കപ്പുറത്തുനിന്ന് കൊതിയുടെ മുരളൽ മുഴങ്ങി. അവൾ തരിച്ചുപോയി. അവൾക്ക് പരിചിതമായിരുന്നു ആ ശബ്ദം. കഴുകൻ ചിറകടിച്ച് അവിടെത്തന്നെ പറന്നിരുന്നു.

കൊടുത്ത ചൂരമീനിനെ അത് കാലുകൾക്കിടയിൽ അമർത്തിപ്പിടിച്ച് ആർത്തിയോടെ കൊത്തിതിന്നു. കഴുകൻ ഒരു പക്ഷിയാണെന്ന് സാറ യ്ക്ക് വിശ്വസിക്കാനായില്ല.

സിറിൽ നേരെപോയി കമ്പ്യൂട്ടർ സജ്ജമാക്കി കാമറ അതുമായി ഘടിപ്പിച്ച് ചിത്രങ്ങൾ കമ്പ്യൂട്ടറിലേക്ക് പകർത്തി. ഫേസ്ബുക്ക് തുറന്ന് ചിത്രങ്ങൾ അപ്പോൾത്തന്നെ അടിക്കുറിപ്പുസഹിതം ആകാശവിഹായസ്സി ലേക്കയച്ചു. അദ്ഭുതകരമായ പ്രതികരണമാണ് സിറിലിന് മണിക്കൂറു കൾക്കകം ലഭിച്ചത്.

ആദ്യം വിളിച്ചത് ഫേസ്ബുക്കിലെ ചങ്ങാതിയായ ഷുക്കൂറാണ്. ഷുക്കൂറിനെ ഇതുവരെ സിറിൽ നേരിൽ കണ്ടിട്ടില്ല.

"സിറിലേ എന്റെ വീട്ടിലുമെത്തീട്ടുണ്ട് ഒരെണ്ണം. ഞാനില്ലാത്തപ്പോഴാ വന്നത്... നെയ്ബറാ ആദ്യം കണ്ടത്."

സിറിൽ അമ്പരന്നുപോയി. ഇപ്പോഴെവിടെ നിന്നാണ് കഴുകന്മാർ കൂടിളകി വന്നിരിക്കുന്നത്. അയാൾ ആലോചിച്ചു.

തുടർന്നുള്ള ദിവസങ്ങളിൽ വിനിമയവലയിലെ പലതരം ആശയ പ്രകാശനസമൂഹങ്ങളിൽ പല വലുപ്പത്തിലുള്ള കഴുകന്മാരുടെ പട ങ്ങളാണ് പലരും നിരത്തിയത്. ചിലരൊക്കെ പരിചയപ്പടം തന്നെ കഴുക ന്റേതാക്കി. കുറഞ്ഞ സമയം കൊണ്ട് നഗരത്തിലെയും അടുത്തുള്ള ഗ്രാമ ങ്ങളിലെയും മനുഷ്യർക്കിടയിൽ ഇതൊരു വിശേഷമല്ലാതായി മാറുകയും ചെയ്തു.

നാട്ടിൽ പെരുകുന്ന കഴുകന്മാർ ചാനലുകളിലെയും പത്രങ്ങളി ലെയും ദിവസവിശേഷമായി മാറി. ബ്ലോഗുകളിലും ഫേസ്ബുക്കിലും മൊബൈൽ ഫോണിലും കഴുകന്മാരുടെ സാന്നിദ്ധ്യം ചർച്ചയായി. ഇറച്ചിക്കടകളിൽ കഴുകന് കൊടുക്കാൻ ഇറച്ചി വാങ്ങുന്നവരുടെ നിര തന്നെയുണ്ടായി. ഇണങ്ങിയ കഴുകന്മാരായതിനാൽ നഗരസഭയ്ക്കും പഞ്ചായത്തുകൾക്കും അതൊരു തലവേദനയായില്ല. ചില കഴുകന്മാർ ദിവസങ്ങൾക്കുള്ളിൽ അപ്രത്യക്ഷരായി. ചിലർ വന്നുപറ്റിയ വീടുകളിൽ സ്ഥിരതാമസമായി. നാടിനുതന്നെ കഴുകന്മാരുടെ വൃത്തികെട്ട നാറ്റ മുണ്ടായി. വീട്ടിൽ കഴുകന്മാരുള്ള വ്യക്തികൾ പുറത്തിറങ്ങുമ്പോൾ ദുർഗന്ധം മറയ്ക്കാൻ വിപുലമായി സുഗന്ധദ്രവ്യങ്ങൾ ഉപയോഗിച്ചു തുടങ്ങി. ക്രമേണ അതൊരു വിശേഷമല്ലാതായി മാറി.

അന്നും പതിവുപോലെ ഉണർന്ന സാറ പുറത്തേക്കു വരുന്നതി നിടയിൽ ഫോൺ ചെവിയിൽ തിരുകി.

"ഗുഡ്മോണിംഗ് പപ്പ..."

"ഗുഡ്മോണിംഗ് മോളേ... സിറിൽ എണീറ്റില്ല അല്ലേ...?"

"സിറിൽ ഇന്നലെ ബാംഗ്ലൂർ പോയി പപ്പാ. ഇനി മറ്റന്നാളേ വരൂ..."

"ഓഹോ. . എന്നോടവൻ പറഞ്ഞില്ലല്ലോ..."

"ഇല്ല പപ്പാ, പെട്ടെന്നുള്ള ആവശ്യത്തിന് പോയതാ. ഫ്ളൈറ്റിലാ പോയിരിക്കുന്നത്. പപ്പാ നടത്തം കഴിഞ്ഞോ..."

"എത്തി മോളേ. തെയ്യാമ്മച്ചേട്ടത്തി ദേ കാപ്പിയും കൊണ്ട് വരുന്നു."

"എന്നാ പപ്പ കാപ്പി കുടിക്ക്. സിറിൽ ഇല്ലാത്തതോണ്ട് ഞാനിച്ചിരി കൂടി കിടക്കട്ടെ."

"ങാ മോളേ,നിങ്ങടെ ഈഗിൾ പോയോ...?"

സാറ ഞെട്ടിപ്പോയി. അവൾ പക്ഷേ സാധാരണനില പാലിച്ചുകൊണ്ട് പറഞ്ഞു.

"ഹേയ്... അതങ്ങനെ പോകുമോ പപ്പ... ഇവിടെയുണ്ട്."

"എന്നതാ അവന്റെ തീറ്റ...?"

"ഇറച്ചി."

അങ്ങനെ ഉച്ചരിച്ചപ്പോൾ സാറയ്ക്ക് മേലാകെ കുളിര് പൊങ്ങി. അറപ്പിന്റേതായ അസ്വസ്ഥതയായിരുന്നു അത്. ഇന്നലെ രാത്രിയിലെ സംസാരത്തിൽ വിവേകിനോട് അവൾ വിലക്കിയിരുന്നു.

"വേണ്ട വിവേക്. ഇറച്ചി എന്നു പറയല്ലേ... ജീവനുള്ള ശരീരത്തെയല്ലേ നീയീ തൊടുന്നത്..."

"അതേടാ കുട്ടാ. എന്നാലും മുറ്റിയ മാംസമല്ലേ നിനക്ക്. നല്ല പെടയ്ക്കണ പന്നിയെപ്പോലെ."

അതും പറഞ്ഞ് വിവേക് അവളുടെ കൈമസിലുകളിൽ തലോടിയിരുന്നു. ചുമലിലും തുടകളിലും പിടിച്ചു ഞെക്കിയിരുന്നു. അവൾക്ക് നൊന്തു. അതിലും അസഹ്യമായി അവൾക്ക് തോന്നിയത് തന്റെ സ്നേഹത്തെ വെറും ഇറച്ചി എന്ന നിലയിൽ കാണുന്നതിനെയായിരുന്നു. അപ്പോൾ വിവേക് കണ്ണിറുക്കി കുസൃതിച്ചിരി ചിരിക്കുകയാണ് ചെയ്തത്.

അതെല്ലാമോർത്തുകൊണ്ട് ചായ രണ്ടുകപ്പുകളിലെടുത്ത് അവൾ കിടപ്പുമുറിയിലേക്ക് നടന്നു. ദീപശിഖയും പിടിച്ച് ഓടുന്ന അത്‌ലറ്റിനെ അനുസ്മരിപ്പിച്ച് കിടക്കയിൽ ഉറക്കം തുടരുകയായിരുന്നു വിവേക്.

രണ്ട് കപ്പുകളും കിടക്കയ്ക്കരികിൽവച്ച് വിവേകിനരികിൽപോയി കിടക്കുകയാണ് അവൾ ചെയ്തത്. അവനെ ചുറ്റിപ്പിടിച്ച് ശയിച്ചപ്പോൾ അവൾക്ക് എന്തോ സമാധാനം തോന്നി.

മൂന്നുദിവസത്തെ യാത്ര കഴിഞ്ഞ് സിറിൽ എത്തി. സാറയ്ക്കപ്പോൾ കഴുകനെപ്പറ്റി അതുവരെയില്ലാത്ത ഒരു പരാതി പറയാനുണ്ടായിരുന്നു.

“ഇറച്ചിയല്ലാതെ അതിനൊന്നും വേണ്ട. എന്നോട് തരി സ്നേഹവുമില്ല. വല്ലാത്തൊരധികാരവും. കണ്ടില്ലേ വളർന്ന് ഭീമനായിരിക്കുന്നത്..”

“ഉം. ഷുക്കൂറിന്റെ വീട്ടിലേതും ആനക്കഴുകനായിട്ടുണ്ട്.”

സിറിൽ അവളുടെ കവിളിൽ പിടിച്ചു. അവളാ കൈ പതിയെ തട്ടിമാറ്റി.

“ഞാൻ കാര്യായിട്ടു പറഞ്ഞതാ... ഇന്നലെ നാലുകിലോ ബീഫ് തിന്നു.”

“നാലുകിലോ ബീഫോ... നിനക്കെന്താടീ പ്രാന്തായോ...”

“പിന്നെ, വളർത്താൻ തീരുമാനിച്ചില്ലേ... തീറ്റകൊടുക്കാതെ പറ്റുമോ...”

സിറിൽ നിശ്ശബ്ദനായി. തുടർന്നുള്ള നാളുകളിൽ പ്രദേശവാസികളിൽ ഒരമ്പരപ്പുണ്ടായത് വിചിത്രമായ വിധത്തിലാണ്. തങ്ങൾക്ക് കഴുകനെയാണോ അതോ കഴുകന് തങ്ങളെയാണോ ഒഴിവാക്കാനാവാത്തതെന്നായിരുന്നു അത്.

-കഴുകൻ ഇപ്പോൾ സ്വീകരണമുറിയിലാണ്.

ഷുക്കൂർ ട്വിറ്ററിലെഴുതി. ടീന ബ്ലോഗിലെഴുതി.

-എന്റെ കഴുകൻ മാംസം കൊടുത്താലേ കഴിക്കൂ... കണ്ണുവെട്ടിച്ച് തിന്നില്ല. ഞാൻ സാമ്പാറും പരിപ്പും പരിശീലിപ്പിക്കുന്നുണ്ട്. കക്ഷി വെജിറ്റേറ്യനാവുന്ന ലക്ഷണമാ.

ടീനയുടെ ബ്ലോഗിന് ധാരാളം മറുപടികളുണ്ടായി. അതിലൊന്ന് അയച്ചത് സിറിലായിരുന്നു.

-കഴുകൻ വെജിറ്റേറിയനാവുകയാണെങ്കിൽ ഉപേക്ഷിക്കുകയേ തരമുള്ളു. അത് ചതിയാണ്. വർഗ്ഗഘടനയെ വെല്ലുവിളിക്കുന്ന ചതി. ജനിതകമാറ്റം സ്വേച്ഛയനുസരിച്ച് മാറ്റാനാവുന്ന കഴുകൻ നാശം വിതയ്ക്കും.

അത് വായിച്ച് വിവേക് സിറിലിനെ വിളിച്ചു.

“നിനക്കെന്താ ചിന്താശേഷി പോയോ സിറിലേ... ലോകത്തേതെങ്കിലും കഴുകൻ ഇറച്ചിയുപേക്ഷിക്കുമോ...”

“ഇല്ലെടാ... എന്നാലും... ആ ടീനേടെ ബ്ലോഗിൽ അങ്ങനെ കണ്ടപ്പോ...”

“കഴുകനെ പച്ചക്കറി തീറ്റിക്കുന്ന അവൾക്ക് അസുഖം വേറെയാ... നീയത് വിട്.”

അന്നുപകലിൽ തികച്ചും വ്യത്യസ്തമായ ഒരു സംഭവമുണ്ടായി. കഴുകൻ സാറയുടെ കൈയ്ക്ക് കൊത്തി പരിക്കേല്പിച്ചതായിരുന്നു അത്. കോഴിമാംസം എല്ലുകളഞ്ഞ് കഴുകന് കൊടുക്കുമ്പോഴായിരുന്നു അത്.

അതിനെപ്പറ്റി രാത്രി സംസാരിച്ചപ്പോൾ സിറിൽ കെട്ടിവച്ച അവളുടെ കൈമുറിവിൽ ചിരിയോടെ തഴുകി. പിന്നെ പറഞ്ഞു.

"ഷുക്കൂറും നന്ദനയും ഫേസ്ബുക്കിലെഴുതിയത് ഇതേ സംശയ മാണ്."

"എന്തു സംശയം...?"

"കഴുകന്മാർക്ക് ഫ്രീസറിലെ മാംസം മടുത്തെന്ന്."

"എന്നുവച്ചാ..."

"എടീ, ഉപയോഗിച്ചുപഴകിയാ കഴുകന് മടുപ്പുണ്ടാവുമെന്ന്."

സാറ നടുങ്ങുകയാണോ വിവേകിനോട് പറയേണ്ട കാര്യങ്ങൾ അടുക്കും ചിട്ടയുമില്ലാതെ ആലോചിക്കുകയാണോ ചെയ്തതെന്ന് അവൾക്കുതന്നെ മനസ്സിലായില്ല. എന്തായാലും ആ നിമിഷം അവൾ വിവേകിനെ സ്മരിച്ചിരുന്നു. വിവേകിനും കഴുകനും ഒരേ മുഖച്ഛായ യാണെന്നുതന്നെ അവൾക്കു തോന്നി. ആ വിഭ്രമചിത്രം അവൾക്കിഷ്ട മായില്ല. അവൾ തലകുടഞ്ഞു.

"ഉം... എന്താടീ?"

സിറിൽ ചോദിച്ചു. സാറ ചിരിക്കാൻ ശ്രമിച്ചു. വിഫലമായ ചിരി.

പിറ്റേന്നും പപ്പയോട് സംസാരിച്ചുകഴിഞ്ഞ് അവൾ വിവേകിനെ വിളിച്ചു.

"പുന്നാരേ..."

ഫോണിലൂടെ വിവേകിന്റെ സ്വരം അവളെത്തേടിയെത്തി. അവൾ നിശ്ശബ്ദയായി. ഒരല്പം കാത്തിട്ട് നേർത്ത പരിഭ്രമത്തിൽ വിവേക് ചോദിച്ചു.

"എന്താടാ... എന്തെങ്കിലും റോങ്ങായിട്ട്?"

"വിവേക്, അതെന്റെ കൈയിൽ കൊത്തുന്നു. അതിന് ബീഫും ചിക്കനും ഫിഷും പോരാണ്ടായി."

വിവേക് ആലോചനയിലായി. സാറയും പറഞ്ഞുകഴിഞ്ഞ് നിശ്ശബ്ദ യായിരുന്നു. പിന്നെ ദീർഘമായ ഒരു ശ്വാസമെടുപ്പിനുശേഷം അവൾ തുറന്നുപറഞ്ഞു.

"അതിനെ വളർത്താൻ കൊള്ളില്ല വിവേക്.. വളർത്താവുന്ന പക്ഷി യല്ല കഴുകൻ. ഇങ്ങനെയുണ്ടോ ഒരു മാംസക്കൊതി. ഇറച്ചി കൊടുത്ത് ഇറച്ചി കൊടുത്ത് ഈ മാസത്തെ ബജറ്റാകെ പൊളിഞ്ഞു. സിറിലിന് അറിയില്ല ഞാൻ അഡ്ജസ്റ്റു ചെയ്യുന്നത്."

"പിന്നെ...?"

"ഞാനിതിനെ ഒന്നുകിൽ കൊല്ലും. അല്ലെങ്കിൽ എയർഗൺ സംഘ ടിപ്പിച്ച് വെടിവച്ചോടിക്കും."

വിവേക് മൂളി. പിന്നെ പറഞ്ഞു,

“നീയാലോചിക്ക്. വൈകിട്ട് ഞാനെന്തായാലും സിറിലിന്റെ കൂടെ അങ്ങുവരാം.”

അവളുടെ മറുപടിക്ക് കാതോർക്കാതെ വിവേക് ഫോൺ വച്ചു കളഞ്ഞു. അന്നുരാവിലെ സാറയ്ക്ക് കഴുകന്റെ കൊത്തുകിട്ടി. നീണ്ടു വളഞ്ഞ ബലിഷ്ഠമായ കൊക്കുകൊണ്ടായിരുന്നു ആക്രമണം. സാറ യുടെ രണ്ടു കൈത്തണ്ടയിലെയും മാംസം പറിഞ്ഞുതൂങ്ങി. അതോടെ കഴുകന് തീറ്റ കൊടുക്കുന്നത് നിർത്താൻ അവൾ തീരുമാനിക്കുകയാ യിരുന്നു.

ഉച്ചയ്ക്കത്തെ ടെലിവിഷൻ വാർത്തയിൽ അവളെ ആശ്വസിപ്പി ക്കുന്ന തരത്തിൽ സംസ്ഥാനത്ത് പതിന്നാലിടത്ത് കഴുകന്റെ ആക്രമണം റിപ്പോർട്ട് ചെയ്യപ്പെട്ടു. അതിലൊന്ന് തീറ്റ കൊടുക്കുന്നതിന് ദൃക്സാക്ഷി യായ കുഞ്ഞിനെ അമ്മയുടെ മുന്നിൽ വച്ച് കഴുകൻ നിർദ്ദയം ആക്ര മിച്ചു എന്നതായിരുന്നു. ഭീകരമായിരുന്നു ആ വാർത്തയും ചിത്രങ്ങളും.

സാറ അന്നു പകൽ മുഴുവൻ വേദനിക്കുന്ന കൈയുമായി പേടി യോടെ കിടപ്പുമുറിയിൽ കഴിഞ്ഞുകൂടി. അപ്പോഴൊക്കെ അടുക്കള വരാന്തയിൽ ഇടയ്ക്കിടെ ആറാംനിലയുടെ മേലേക്കു പറന്നും താഴേക്കു പറന്നും അവരുടെ കഴുകൻ വിലസുന്നുണ്ടായിരുന്നു. വിശപ്പുകൊണ്ടാ വണം അത് വല്ലാതെ ക്രുദ്ധമായ നോട്ടമാണ് ചുറ്റിനുമയച്ചുകൊണ്ടിരു ന്നത്.

രാത്രി വല്ലാതെ വളർന്നിട്ടും സാറ കിടപ്പുമുറിക്ക് പുറത്തുവരികയോ മുറികളിലെ വെളിച്ചമിടുകയോ ചെയ്തില്ല. ഒടുവിൽ അറിയിപ്പുമണി കേട്ട പ്പോഴാണ് മുടി വാരിച്ചുറ്റി അവൾ എണീറ്റത്.

കതകുതുറന്നപ്പോൾ മുന്നിലും പിന്നിലുമായി സിറിലും വിവേകും അകത്തേക്കു കയറി. സിറിൽ ചിരിയോടെ ചോദിച്ചു.

“ഇന്നും കൈക്കുകൊത്തി അല്ലേ... സാരമില്ല, നമുക്കതിനെ ഒഴി വാക്കാം.”

അവൾ ഭയാശങ്കകളോടെ പിന്നിൽ നിന്ന വിവേകിനെനോക്കി. സാരമില്ലെന്ന മട്ടിൽ വിവേക് ചിരിച്ചു. അടുത്ത നിമിഷം വിവേക് എന്തോ എടുക്കുന്നത് അവൾ കണ്ടു. അവൾക്ക് ചിന്തിക്കാനിടകിട്ടും മുമ്പ് വിവേക് കൈയിലിരുന്ന ഇരുമ്പുദണ്ഡ് സിറിലിന്റെ തലയിൽ അടിച്ചിറക്കി. തൽക്ഷണം സിറിൽ ഭാര്യയ്ക്കു മുന്നിലേക്ക് മരിച്ചുവീണു. പരവതാനി യിൽ രക്തം പരക്കുന്നതും രക്തത്തിന്റെ മണമറിഞ്ഞ കഴുകൻ ഇരുട്ടിലും പിന്നിലെ ബാൽക്കണിയിൽ ചിറകടിക്കുന്നതും അവളറിഞ്ഞു.

“വിവേക്... നീ?”

അമ്പരന്നുപോയ സാറയ്ക്ക് അത്രയുമേ ചോദിക്കാനായുള്ളു. അവൻ അവളെ നോക്കി ചിരിച്ചു.

"ഇപ്പോഴിത് ചെയ്തില്ലെങ്കിൽ കഴുകൻ നിന്റെ വയറും നെഞ്ചും കൊത്തിത്തിന്നും. എനിക്കൊന്നും ബാക്കികിട്ടില്ല. അടുക്കള കതക് തുറക്ക്. കഴുകന് ചൂടു പോകാത്ത ഇറച്ചി വേണം ഇറച്ചി."

വിവേക് പറഞ്ഞു. അവൾ നോക്കി. അല്പനേരം മുമ്പുവരെ തന്റെ ഭർത്താവായിരുന്ന സിറിൽ ദിവ്യനെപ്പോലെ നിലത്തായി മരിച്ചു കിടക്കുന്നു. മുഖത്തൊരു പുഞ്ചിരിയുണ്ടോ... അതോ തോന്നുന്നതോ...

അവൾ അനങ്ങാതെ നിൽക്കുന്നതു കണ്ട് അക്ഷമനായ വിവേക് തനിയെ അടുക്കളക്കതക് തുറന്നു. പിന്നെ അയാൾ സിറിലിന്റെ ശവശരീരം കാലുകളിൽപ്പിടിച്ച് വലിച്ചിഴച്ചു. സാറ അതും നിശ്ശബ്ദയായി നോക്കിനിന്നു. വലിക്കുന്നതിനിടയിൽ സിറിലിന്റെ ഒരു ഷൂസ് ഊരിപ്പോയത് അവൾ കണ്ടു. അല്പനേരം മുമ്പ് വരെ സിറിലിനോടുണ്ടായിരുന്ന സ്നേഹത്തോടെ അത് അവളെടുത്തു ചെരുപ്പുതട്ടിൽ വച്ചു. കാലത്തു താനെടുത്തുകൊടുത്ത വെള്ളനിറമുള്ള സോക്സാണ് സിറിൽ ഇട്ടിരിക്കുന്നതെന്ന് അവൾ ഓർമ്മിച്ചു. രോമം കൊഴിഞ്ഞ കുമ്മായക്കോലുകൊണ്ട് വലിച്ച വലിപോലെ പരവതാനിക്കുമേൽ രക്തത്തിന്റെ പാട് ശവം പോയ വഴിക്ക് കാണപ്പെട്ടു.

ശവത്തിന്റെ വരവ് കണ്ട് കഴുകൻ കനത്ത ചിറകുകൾ വിരിച്ച് ഭിത്തി ഭേദിക്കാനൊരുങ്ങി. അത് ചിരിക്കുന്നതായിട്ടാണ് സാറയ്ക്ക് തോന്നിയത്. സിറിലിന്റെ ശവം വലിച്ച് കഴുകന് മുന്നിലിട്ടശേഷം വിവേക് കതകടച്ചു.

ചിറകടിയുടെ ആരവത്തോടെയും ആഹ്ലാദത്തോടെയും ശവത്തിനുമേൽ പറന്നിറങ്ങിയ കഴുകൻ ദയയില്ലാതെ സിറിലിന്റെ നെഞ്ച് കൊത്തിപ്പറിക്കാൻ തുടങ്ങി. അതുനോക്കി നിൽക്കേ തന്റെ ചുമലിൽ വിവേകിന്റെ കൈ ആർത്തിയോടെ പതിയുന്നത് സാറ അറിഞ്ഞു.

■

പുരുഷജന്മം

ചാറ്റർജിബസാറിൽ കാത്തുനിൽക്കുമ്പോൾ തപൻദാസിന്റെ മനസ്സ് തിളയ്ക്കുകയായിരുന്നു. പലതരം ചോദ്യങ്ങൾക്ക് അപ്പപ്പോൾ തോന്നുന്ന ഉത്തരങ്ങൾ അയാളെഴുതിക്കൊണ്ടേയിരുന്നു. ഉത്തരങ്ങൾക്ക് മൂല്യമിടുന്നതും സ്വയം തന്നെയായിരുന്നതിനാൽ ശരിയല്ലെന്നു തോന്നിയവയെ എളുപ്പത്തിൽ വെട്ടിക്കളയാനും അയാൾക്ക് കഴിയുന്നുണ്ടായിരുന്നു.

ചാറ്റർജിബസാറിൽ ഇറങ്ങിയശേഷം തന്നെ വിളിക്കാനാണ് അവർ ഇന്നലെ പറഞ്ഞത്. തപൻ അവരെപ്പറ്റി ആലോചിച്ചു. അപരിചിതയും അന്യയും ആണെങ്കിലും അമ്മയെന്നാണോ മൂത്തചേച്ചി എന്നാണോ സംബോധന ചെയ്യേണ്ടതെന്നറിയില്ല. മിക്കവാറും നാവിലേക്ക് ഔപചാരികത കയറിവരാനാണ് സാധ്യത. അതോടെ മാഡം എന്നായേക്കും വിളി. ഏറെനാൾ വിദേശത്തായിരുന്നതിനാൽ അവർക്ക് അതൊക്കെ സുപരിചിതമായേക്കാം. എന്നാലും അവരെ അങ്ങനെ വിളിക്കാനാവുകയില്ല. നാവിൽ എന്തോ കടന്ന് ഇപ്പോഴേ തടസ്സപ്പെടുത്തുന്നുണ്ട്.

ബസാറിൽ അധികം കടകളില്ല. ബസ്സുകൾ നിർത്തുന്നതിനടുത്തായി ഒരു ചാക്ക് ആട്ടയും കൽക്കരിയടുപ്പും കൊണ്ടുവച്ച് ചപ്പാത്തിയും കിഴങ്ങ് കറിയും ഉണ്ടാക്കുന്ന മനുഷ്യൻ യന്ത്രമായി സ്വയം മാറി ജോലിചെയ്യുന്നുണ്ടായിരുന്നു. തപൻ കുറേ നേരം അതു നോക്കിനിന്നു. അതിനപ്പുറവും ഇപ്പുറവും ഗ്രാമം തന്നെ. വീടുകളോട് ചേർന്ന കുളക്കരയിൽ കുന്തിച്ചിരുന്ന് ഏതോ കുടുംബിനി പാത്രങ്ങൾ തേച്ചുകഴുകുന്നുണ്ട്. അതിനരികിലൂടെ എവിടേക്കോ പോകുന്ന മറ്റൊരു പാത.

കാത്തുനില്പിന്റെ ആരംഭത്തിൽത്തന്നെ കണ്ടുവച്ച ആ വഴിയിലൂടെ ഒരു ബൊലേറോ വാഹനം തപന്റെ മുന്നിലേക്ക് വന്നു. തന്നെ വിളിക്കാൻ അവരയച്ച വാഹനമാണതെന്ന് തപന് മനസ്സിലായത് ആരും പറയാതെ തന്നെയാണ്. അത് ഓടിക്കുന്നയാൾ മാത്രമേ വാഹനത്തിലുണ്ടായിരുന്നുള്ളൂ. അയാൾ അല്പം കുനിഞ്ഞ് തപനെ നോക്കി സംശയം തീർത്തു.

“അമ്മയെ കാണാൻ വന്നത് സാറാണോ?”

തപൻ അല്പം മന്ദഹാസം വരുത്തി അടുത്തേക്ക് ചെന്നു സ്വയം കതക് തുറന്നിട്ട് മറുചോദ്യം എടുത്തിട്ടു.

"കുറേ ദൂരമുണ്ടോ?"

"ഓ... നാല് കിലോമീറ്റർ. സിറ്റീന്ന് ലാൽമാർഗ് വഴിക്കും വരാം. അവിടുന്നാണെങ്കിൽ മൂന്നു കിലോമീറ്റർ. സാറ് എവിടുന്നാ?"

തപൻ വളരെ അകലെക്കിടക്കുന്ന തന്റെ നഗരത്തിന്റെ പേര് പറഞ്ഞു. അതുകേട്ടതോടെ ചെറുപ്പക്കാരനിൽ അല്പം ഭവ്യത കലർന്നതായിതോന്നി.

ബൊലോറെയെ വന്ന പാതയിലൂടെ അയാൾ തിരിച്ചുവിട്ടു. ഇരുവശത്തെയും വെളുത്ത ചെടികൾ വണ്ടിയിലുരഞ്ഞ് കയർത്തു. കരിമ്പനകൾ അങ്ങിങ്ങ് നോക്കിനിൽക്കുന്ന വെളിമ്പറമ്പുകളും കുളങ്ങളുമല്ലാതെ മുന്നിലൊന്നുമുണ്ടായിരുന്നില്ല.

വണ്ടിയിലെ കാളിയുടെ പടത്തിൽ ചെമ്പരത്തിമാല തൂക്കിയിട്ടുണ്ട്. വണ്ടി ഓടിക്കുന്നതിനിടയിൽ ചെറുപ്പക്കാരൻ ചോദിച്ചു.

"അമ്മയെ നേരത്തെ പരിചയമുണ്ടോ?"

"ആദ്യായിട്ടാണ്. ഫോണിൽ സംസാരിച്ചിട്ടുണ്ട്."

മറുപടി പറഞ്ഞുകഴിഞ്ഞ് ഒരു കാര്യം തപൻ ശ്രദ്ധിച്ചു. അവർ തന്നെ വിളിക്കാൻ അയച്ചത് കാറല്ല. ബൊലോറോ പോലെ വലിയ വണ്ടിയാണ്. അതിനർത്ഥം കാണാൻ പോകുന്നയാൾ എളുപ്പത്തിൽ പിടിതരുന്ന പ്രകൃതമല്ലെന്നു തന്നെയാണ്.

"അമ്മയെ കാണാൻ ഒരുപാട് പേർ വരും."

"ഉം."

എന്താണ് അയാൾ അമ്മ എന്ന് ആവർത്തിക്കുന്നതിലൂടെ ഉദ്ദേശിക്കുന്നത്? സന്ദർശകനായ താനൊരു അഗതിയാണെന്നോ? അതോ ആദ്യമായി കാണാൻ പോകുന്ന തനിക്ക് അവരുടെ വയസ്സിനെപ്പറ്റി ഒരു ധാരണ കിട്ടട്ടെ എന്നു കരുതിയോ? അറിയില്ല. ഏതെങ്കിലും കള്ളിയിലേക്ക് തന്റെ വ്യക്തിത്വത്തെ പരിമിതപ്പെടുത്തുന്നത് തപന് പഥ്യമായിരുന്നില്ല. അയാൾ വാഹനത്തിലിരുന്ന് അല്പം മടുപ്പോടെ ആലോചിച്ചു. മണിക്കൂറുകളോളം വിമാനത്തിൽ യാത്ര ചെയ്തിട്ടാണ് ഇവിടെ എത്തിയിരിക്കുന്നത്. അതിനുശേഷം ഒന്നരമണിക്കൂർ ബസ്സ് യാത്രയും കഴിഞ്ഞിരിക്കുന്നു. എന്തുവേണം?

ആ സ്ത്രീയുമായുള്ള കൂടിക്കാഴ്ചാപദ്ധതി ഒഴിവാക്കി ക്ഷമാപണം പറഞ്ഞ് ഇപ്പോൾത്തന്നെ തിരിഞ്ഞു നടക്കാം. അല്ലെങ്കിൽ നേരത്തെ നിശ്ചയിച്ച പ്രകാരം മുന്നോട്ടുപോയി അവരെ കണ്ട് സംസാരിച്ച് മടങ്ങിപ്പോകാം. അവരെ കണ്ടാൽത്തന്നെ എന്താണ് പറയാനുള്ളത്? ഫോണിൽ പരിചയപ്പെടുത്തിയതുപോലെ അവരെഴുതിയ പുസ്തകം വായിച്ച

വായനക്കാരൻ. അതെ, സുബോധ് മുഖോപാധ്യായയെക്കുറിച്ച് അവരെഴുതിയ പുസ്തകമാണ് ആകർഷണം. ആ പുസ്തകത്തെ താൻ വായിച്ച വായനയും വായനയിലെ തന്റെ കണ്ടെടുക്കലുകളുമാണ് അതിലേറെ പ്രധാനം. അത് അവർക്കും അറിയാം. അതായിരിക്കണമല്ലോ ഫോണിൽ വിളിച്ച് കൂടിക്കാഴ്ചയ്ക്ക് സമയം ചോദിച്ചപ്പോൾത്തന്നെ നേരിൽ പരിചയമില്ലാത്ത വായനക്കാരനായിരുന്നിട്ടും അടുത്ത തിങ്കളാഴ്ച വന്നോളൂ എന്ന് അവർ പറഞ്ഞത്.

ഇപ്പോൾ സംശയം? എന്തിനാണ് ഫോണിൽ ചോദിച്ച ഉടനെ തന്നോട് വന്നോളാൻ അവർ പറഞ്ഞത്?

ഉത്തരത്തിലുറയ്ക്കും മുമ്പ് വാഹനത്തെ മയിൽക്കൂട്ടം കുറുകെ കടന്നു. അപ്പോഴാണ് പരിസരം ശ്രദ്ധയിൽ വന്നത്. നേരത്തെ കണ്ട വെളുത്ത കുറ്റിച്ചെടിക്കൂട്ടങ്ങൾ വഴിക്കിരുവശവും തളിർത്തുനിൽക്കുന്ന മരക്കൂട്ടത്തിന് അവകാശം കൊടുത്തിരിക്കുന്നു. അവയ്ക്കിടയിലൂടെയാണ് കൂസലില്ലാതെ മയിലുകൾ വന്നത്. കൗതുകം തോന്നി. പക്ഷേ കാഴ്ചകൾ ആസ്വദിക്കാനുള്ള മാനസികാവസ്ഥയായിരുന്നില്ല.

വാഹനം ഒരു തിരിവുകൂടി പിന്നിട്ടു. മറ്റൊരു ഗ്രാമീണവഴികൂടി വന്നു മുട്ടി. സാരഥി പറഞ്ഞു.

“അതാ ലാൽമാർഗിൽ നിന്നു വരുന്ന പാത.”

തപൻ തിരിഞ്ഞുനോക്കി. ഒരു മുക്കൂട്ടപ്പാതയാണത്. വഴിയെക്കാൾ കൂടുതലായി അവിടെ ഉറപ്പിച്ച അടയാളപ്പലകയിലേക്കാണ് നോട്ടം പോയത്.

‘വയൽപ്പച്ച’ എന്ന് അതിൽ ബംഗാളിയിൽ എഴുതിയിരുന്നു. ഇവിടെ തന്റെ ഒരാവശ്യവുമില്ലെന്ന് ഉറപ്പുള്ളതുപോലെ അല്പം ചരിഞ്ഞ് മനസ്സില്ലാമനസ്സോടെയാണ് അതിന്റെ നില്പ്.

ആ കാണുന്ന പറമ്പത്രയും സ്വകാര്യസ്വത്താണെന്ന് ഏതൊരാൾക്കും വ്യക്തമാകുമായിരുന്നു. അങ്ങനെയൊരു പറമ്പിൽ അത്തരമൊരു അടയാളപ്പലക വച്ചിട്ടുണ്ടെങ്കിൽ അതിനർത്ഥം അവിടേക്ക് സന്ദർശകർ ഏറെയുണ്ടെന്നാണ്. അങ്ങനെയെങ്കിൽ വിദേശത്ത് സ്ഥിരമാക്കിയിട്ടുണ്ടെന്ന് കേട്ടിട്ടുള്ള ഈ സ്ത്രീ ഇടയ്ക്കിടെ ഇവിടെ വരാറുണ്ടെന്നാണോ അർത്ഥം? എന്തുമേതുമാവാം. അങ്ങനെയാണ് തപൻ മനസ്സിലുറപ്പിച്ചത്.

എന്തായാലും തനിക്കൊന്നുമില്ല. തനിക്കൊന്നു കാണണം. അടുത്തിരിക്കണം. സംസാരിക്കണം. ഇത്രയും കാലം അവരെപ്പറ്റി അറിയില്ലായിരുന്നു. ഇപ്പോൾ അവർ എഴുതിയ പുസ്തകം അവരെയും പ്രശസ്തയാക്കിയിരിക്കുന്നു. അതുമൂലമാണ് കാണാൻ വന്നത്. കാശു ചോദിക്കാനോ ജോലി ചോദിക്കാനോ വിദേശത്തുപോകാൻ സഹായം ചോദിക്കാനോ അല്ല. വെറുതേ കാണാൻ. വെറുതെ കാണാൻ മാത്രം.

ചുറ്റിനുമുള്ള വനകാന്തി വിട്ട് ഉന്നതമായ പച്ചയുടെ ലാളിത്യത്തിലേക്ക് വാഹനം ഇറങ്ങി. ഇറക്കം തന്നെയായിരുന്നു അത്. കഷ്ടിച്ച്

സൗകര്യമുള്ള മൺനിരത്തിലൂടെ ശ്രദ്ധിച്ചുവേണമായിരുന്നു വാഹനത്തെ ഇറക്കാൻ. സാരഥി കർമ്മത്തിൽ മുഴുകിയപ്പോൾ തപൻ പുറത്തേക്കു നോക്കി.

സുന്ദരവും ലളിതവുമായ ഹരിതകം. വയലുകൾ. ഇടവരമ്പുകൾ. വരമ്പുകളിൽ കലം കമഴ്ത്തിയ ചെന്തെങ്ങുകൾ. ബൊലോറോ ഉലഞ്ഞോടുന്നത് വയലുകൾക്കു നടുവിലായി വെട്ടിയ വഴിയിലൂടെയാണ്.

ആ സ്ഥലം കണ്ടപ്പോൾ പെട്ടെന്നൊരു സ്വപ്നത്തിലേക്ക് തിരിഞ്ഞു കിടന്നതുപോലെയാണ് തപന് തോന്നിയത്. ശ്വാസകോശത്തിന്റെയും ചിന്താമണ്ഡലങ്ങളുടെയും സമസ്തജാലകങ്ങളും തുറന്നു കഴിഞ്ഞു. സുതാര്യമായ വായുവാണ് അതിലൂടെ അകത്തേക്ക് വരുന്നത്. അതിന്റെ തുലനം മനസ്സിലറിയാം. മനസ്സിലിപ്പോൾ നേരത്തെ അനുഭവിച്ചു കൊണ്ടിരുന്ന സംഘർഷങ്ങളില്ല. ഇടവും വലവും ഒരേപോലെ തുല്യം.

തെങ്ങുകൾ അതിരിട്ട വഴി ചെന്നുകയറുന്നത് നഗരത്തിലെ ബംഗാളി വീടുകളുടെ മാതൃകയെ അനുസ്മരിപ്പിക്കുന്ന ഒരു കെട്ടിടത്തിലേക്കാണ്. ഗ്രാമഛായയ്ക്ക് ചേരാത്ത രൂപകല്പന. അവിടെയും പിച്ചളയിൽ കൊത്തി വച്ചിട്ടുണ്ട്. 'വയൽപ്പച്ച'. അതാവാം ആ വീടിന്റെ പേര്.

ചുട്ട മണ്ണിഷ്ടിക പാകിയ അഞ്ചടി വീതിയുള്ള നിലം. അതിനപ്പുറം പുൽത്തകിടി. പൂമരങ്ങൾ. കുറച്ചുമാറി നാലഞ്ചു ചെറിയ വീടുകൾ. അതിഥിമന്ദിരങ്ങൾ പോലെ. ഇടയ്ക്കുള്ള വളപ്പിൽ മേയുന്ന എമു പക്ഷികൾ. പ്രധാന കെട്ടിടത്തിനു മുന്നിലാണ് ഇപ്പോൾ വാഹനം നിൽക്കുന്നത്. സാരഥി ആദരവോടെ പറഞ്ഞു.

"അമ്മ അകത്തുണ്ട്. നേരെ ചെന്നാ മതി."

തപൻ ഇറങ്ങി. അയാളോട് സ്തുതി പറയാനൊന്നും നിന്നില്ല. മനസ്സിൽ കാണാൻ പോകുന്ന വ്യക്തിമാത്രം നിറഞ്ഞു നിന്നതുകൊണ്ട് ഉണ്ടായ മര്യാദകേടായിരുന്നു അത്. അവിടെ എല്ലാത്തിനുമൊരു ചിട്ടയുണ്ടെന്ന മട്ടിൽ വാഹനവും എങ്ങോട്ടോ അപ്രത്യക്ഷമായി.

തപൻ നേരെ പൂമുഖത്തേക്ക് കയറി. അകത്തുനിന്ന് ധൂപത്തിന്റെ സുഗന്ധം പരക്കുന്നുണ്ട്. പിന്നെ മനുഷ്യശബ്ദം പുരളാത്ത നിശ്ശബ്ദതയും. ഒൻപതുമാസം കിടന്ന ഗർഭപാത്രത്തിനകത്തെ പരിതോവസ്ഥ ഇതായിരിക്കുമെന്നാണ് ആദ്യം തോന്നിയത്. പിന്നെ ഗ്രഹിക്കാൻ കഴിഞ്ഞു. വയലേലകൾ അനുഗ്രഹിച്ചയയ്ക്കുന്ന കാറ്റിൻകുഞ്ഞുങ്ങൾ അങ്ങനെ തോന്നിപ്പിക്കുന്നതാണ്. അതല്ലാതെ ആ വീടിന് വേറെ പ്രത്യേകതകൾ ഒന്നുമില്ല.

സ്വതഃസിദ്ധമായ കൂസലില്ലായ്മയോടെ തപൻദാസ് അകത്തേക്ക് കയറി. നേരെ ചെന്നത് അവരുടെ മുന്നിലേക്കു തന്നെയായിരുന്നു. മടിയിൽ കൊച്ചു കമ്പ്യൂട്ടർ. മുഖത്ത് വെള്ളച്ചട്ടമിട്ട പുതിയ കാലത്തിന്റെ കണ്ണട. തൂവെള്ള സൽവാർ കമ്മീസ്. കഴുത്തിൽ സംസ്കൃതവാക്യങ്ങൾ

പതിപ്പിച്ച കാവി ഉത്തരീയം. രുദ്രാക്ഷം കോർത്ത മാല. നെറ്റിയിൽ കുങ്കുമപ്പൊട്ട്. ആണുങ്ങളെപ്പോലെ മുറിച്ചിട്ടിരിക്കുന്ന നരച്ച മുടി. അടുത്തെവിടെയോ നിന്ന് രബീന്ദ്രസംഗീതം.

"ങാ... വരൂ മോനെ. ഇരിക്കൂ."

അവർ മുഖമുയർത്തി കണ്ണടയിലൂടെ നോക്കിയിട്ട് ചിലമ്പലില്ലാത്ത സ്വരത്തിൽ ഇംഗ്ലീഷിൽ പറഞ്ഞു. തപൻ കുറച്ച് അദ്ഭുതപ്പെട്ട ഭാവത്തിൽ അങ്ങനെ തന്നെ നിൽക്കുകയായിരുന്നു. അവർ വീണ്ടും സംസാരിച്ചു.

"ഒരു നിമിഷം അനുവദിക്കുമോ? ഈ ജോലി ഒന്നു തീർക്കാനാണ്. കമ്പനിയിലെ പതിവുകാര്യങ്ങൾ മുടക്കിയാൽ ദിവസത്തിനു ഇരട്ടി വലുപ്പം കൊടുക്കേണ്ടിവരും."

അവർ ജോലിയിലേക്ക് മടങ്ങി. മടിക്കാതെ തപൻ അവർക്കു മുന്നിലായി ഇരുന്നിട്ട് പത്രമെടുത്ത് നിവർത്തി. ഒന്നു കണ്ണോടിച്ചുവന്നപ്പോഴേക്കും ജോലികൾ പെട്ടെന്നൊതുക്കി അവർ എഴുന്നേറ്റു കഴിഞ്ഞിരുന്നു.

"മോനേ, നമുക്ക് പുറത്തിരുന്നാലോ?"

നന്നായി വെളുത്ത ആ സ്ത്രീക്ക് ഏതൊക്കെയോ നൈസർഗ്ഗിക സുഗന്ധങ്ങളുടെ പിന്തുണയുമുണ്ടായിരുന്നു. പുറത്ത് മുഖാമുഖം കിടന്ന കസേരയിൽ പ്രപഞ്ചത്തിന്റെ സുഗന്ധമേറ്റ് അവരിരുന്നു. മുറ്റത്തരികിലായി മുള മെടഞ്ഞ നെൽപ്പത്തായം വച്ചിരുന്നു.

അല്പനിമിഷങ്ങൾ മൗനമായി കടന്നുപോയി. ആ സമയമൊക്കെ അവർ ഇളം നെൽച്ചെടികളുടെ ലാളിത്യത്തിലേക്ക് നോക്കിയിരിക്കുകയായിരുന്നു. എന്തുപറഞ്ഞ് സംസാരം തുടങ്ങണമെന്നുള്ള ആലോചന തപൻ അപ്പോഴും അവസാനിപ്പിച്ചിരുന്നില്ല. അതിനെ സഹായിക്കും മട്ടിൽ അവർ തന്നെ തുടങ്ങി.

"ഈ കാറ്റിന് ഞാനൊരു പേരിട്ടിട്ടുണ്ട്. ഇളനീർക്കാറ്റ്. എത്രനേരമിരുന്നാലും അത്രയും നമ്മൾ ഊർജ്ജസ്വലരായിക്കൊണ്ടേയിരിക്കും."

എന്നിട്ട് അവർ കൂട്ടിച്ചേർത്തു.

"ഇളനീര് ആരാ പരിചയപ്പെടുത്തിത്തന്നതെന്നറിയാമോ? നഫീസ."

അവർ മനപ്പൂർവ്വം നടത്തിയ പരാമർശമായിരുന്നു അത്. ആ സ്ത്രീയുടെ ബുദ്ധി പ്രകടമായ സന്ദർഭം. അതുവരെയുണ്ടായിരുന്ന അലങ്കോലപ്പെട്ട വർത്തമാനത്തിന് ദിശാബോധം കൊടുക്കേണ്ടതിന്റെ ആവശ്യകതയെപ്പറ്റി താൻ ബോധവതിയാണെന്ന മട്ടിലായിരുന്നു അവർ നഫീസ എന്ന പേര് എടുത്തിട്ടത്. തപൻദാസ് എന്ന ചെറുപ്പക്കാരൻ വന്നതും സുബോധിനെപ്പറ്റി സംസാരിക്കാനല്ലേ എന്ന നിശ്ശബ്ദചോദ്യവും അതിലുണ്ടായിരുന്നു.

തപന് അവരെഴുതിയ പുസ്തകത്തെപ്പറ്റിയോ സുബോധ് എന്ന മഹാനായ കലാകാരനെപ്പറ്റിയോ അദ്ദേഹത്തിന്റെ ഭാര്യയായിരുന്ന നഫീസയെപ്പറ്റിയോ സംസാരിക്കണമെന്നുണ്ടായിരുന്നില്ല. ഒന്നും സംസാരിക്കണമെന്നുണ്ടായിരുന്നില്ല. അവരെ നേരിട്ട് കാണണം. സൂക്ഷ്മമായി നിരീക്ഷിക്കണം. തന്നോടോ മറ്റുള്ളവരോടോ ഉള്ള അവരുടെ സംസാര ശൈലി ശ്രദ്ധിക്കണം. അതിലൂടെ അവർ വർഷങ്ങൾക്കുമുമ്പ് സുബോധ് എന്ന വലിയ മനുഷ്യന്റെ സഹയാത്രികയായതെങ്ങനെയെന്ന് അറിയണം. സഹയാത്രികയെന്നു പറഞ്ഞാൽ സഖിയോ കാമിനിയോ പങ്കാളിയോ അല്ല. സഹയാത്രിക തന്നെ. അതെങ്ങനെയെന്നറിയണം. അതിനാണ് വന്നത്. അതിനുമാത്രം.

സുബോധ് മുഖോപാധ്യായയുടെ പ്രായത്തിന്റെ അമ്പതുകളിലും അറുപതുകളിലും സൗഹൃദം സ്ഥാപിക്കാനും അസാധാരണമായ ഹൃദയബന്ധം നേടിയെടുക്കാനും സാധിച്ച ഭാഗ്യവതിയും ബുദ്ധിമതിയുമായ സ്ത്രീ. അദ്ദേഹത്തിന്റെ മരണശേഷം ആ കത്തുകൾ പുസ്തകരൂപത്തിൽ പുറത്തിറങ്ങിയപ്പോഴാണ് അങ്ങനെയൊരു സൗഹൃദം ജീവിതകാലത്ത് അദ്ദേഹത്തിനുണ്ടായിരുന്നു എന്നുതന്നെ പുറംലോകമറിഞ്ഞത്. പതിനെട്ടുവർഷക്കാലം നീണ്ടുനിന്ന കത്തെഴുത്തുസൗഹൃദമായിരുന്നു അത്.

“ഒരു സംശയവും വേണ്ട ഇന്ത്യയിൽ ഇങ്ങനൊരാൾ ജീവിച്ചിരുന്നു എന്നത് നമ്മുടെ അഭിമാനമാണ്. അങ്ങനൊരാൾ ഇന്നില്ല. പെയിന്റർ,ഫിലോസഫർ, സിങ്ങർ, കാർട്ടൂണിസ്റ്റ്, ട്രാൻസലേറ്റർ, എഡിറ്റർ... അദ്ദേഹത്തിന്റെ ഒരു സമകാലികനും ആ തലപ്പൊക്കവും വ്യാപ്തിയുമില്ല.”

അതു പറയുമ്പോൾ ആ സ്ത്രീയുടെ മുഖത്തുണ്ടായിരുന്ന തിളക്കവും താൻ അത് പറയേണ്ടതാണെന്ന വാശിയും തപൻ ശ്രദ്ധിക്കാതിരുന്നില്ല. അതിൽ അദ്ദേഹത്തോടുണ്ടായിരുന്ന ഭക്തിയോടടുത്ത സ്നേഹവും ആദരവും കുലീനമായി ഉയർന്നുനിന്നിരുന്നു. ഒരുവേള ഒരു കാമിനിയെപ്പോലെയോ സപത്നിയെപ്പോലെയോ ആണ് അവർ അദ്ദേഹത്തെ അടയാളപ്പെടുത്തുന്നതെന്ന് തപന് തോന്നി. ആ തോന്നൽ നിമിഷത്തിന്റെ ആയുസ്സുള്ള സംശയമായി.

“നോക്കൂ മോനേ. . ജീവിച്ചിരുന്ന കാലത്ത് ഏറ്റവും ഒറ്റപ്പെട്ട വ്യക്തിയായിരുന്നു സുബോധ് ബാബു. ഞാനൊക്കെ വളരെ വൈകി അദ്ദേഹത്തെ പരിചയപ്പെട്ട ഒരാളാണ്.”

തപൻ അമ്പരന്നുപോയി. അദ്ദേഹത്തിന്റെ ഒറ്റപ്പെടലിനെപ്പറ്റി അയാൾക്കറിയാമായിരുന്നു. മനപ്പൂർവ്വമുണ്ടാക്കിയെടുക്കുന്ന ഏകാന്തതയാണതെന്നാണ് വിചാരിച്ചിരുന്നത്. അത് ഒറ്റപ്പെടലായിരുന്നുവോ?

“വളരെ വേദനിച്ചാണ് സുബോധ് ബാബു മരിച്ചത്. അതിന് ആരും അനുവദിക്കാൻ പാടില്ലായിരുന്നു. ആരും.”

തപൻ അവരെ സൂക്ഷിച്ചുനോക്കി. എല്ലാം അറിഞ്ഞുകൊണ്ട് പറയും പോലെയുള്ള സംസാരം കേട്ടിട്ടാണ് തപൻ സൂക്ഷിച്ചുനോക്കിയത്. എന്നിട്ടും ഇത്രനേരമായിട്ടും താൻ എന്തിനാണ് അവരെ കാണാൻ ആഗ്രഹിച്ചതെന്ന് അവർ തന്നോട് ചോദിച്ചിട്ടില്ല. അവരുടെ പുസ്തകത്തെക്കുറിച്ചുള്ള അഭിപ്രായവും ചോദിച്ചിട്ടില്ല. സുബോധുമായി അടുപ്പമോ സൗഹൃദമോ ഉണ്ടായിരുന്നോ എന്നുപോലും ചോദിച്ചില്ല. അവർ ഒന്നും ചോദിച്ചില്ല. എന്നാൽ തന്നെ ശരിക്കറിയുന്ന വിധം ചില സൂചനകൾ മനപ്പൂർവ്വമല്ലാത്തപോലെ സംസാരത്തിലുടനീളം ഇടുകയും ചെയ്തു. എന്താണ് ഇതിന്റെ പൊരുൾ. അതായത് സുബോധ് എന്ന വ്യക്തിയും അവരും തമ്മിലുണ്ടായിരുന്ന കത്തിടപാടുകളിലും കൊൽക്കത്തയിലെ അദ്ദേഹത്തിന്റെ വസതിയിൽവച്ച് നേരിട്ടുണ്ടായ കൂടിക്കാഴ്ചകളിലും അദ്ദേഹം മനസ്സ് തുറന്നിട്ടുണ്ടാകുമോ? എങ്കിൽ തന്നെ തിരിച്ചറിഞ്ഞിട്ടുണ്ടാകുമോ... തപൻ മുഖം താഴ്ത്തി. അവർ കാണിക്കുന്ന അതേ സാമർത്ഥ്യത്തെ അനുകരിച്ച് തപൻ പറഞ്ഞു.

"അദ്ദേഹവുമായുള്ള അടുപ്പത്തിൽ നിന്ന് അദ്ദേഹത്തെ ഏറ്റവും തിരിച്ചറിഞ്ഞിട്ടുള്ളതും മനസ്സിലാക്കിയതും നിങ്ങളാണെന്ന് എനിക്ക് തോന്നിയിട്ടുണ്ട്. അതാണ് കാണണമെന്നു തോന്നിയത്."

"നീ ഇത് പറയുന്നത് കേൾക്കാനാണ് കുട്ടീ ഇതേവരെ ഞാൻ കാത്തിരുന്നത്."

തപൻ അവരെ നോക്കി. അവർ തുടർന്നു.

"നഫീസയുടെ മുൻശുണ്ഠിയെപ്പറ്റിയും അദ്ദേഹത്തോടുണ്ടായിരുന്ന നീരസഭാവത്തെപ്പറ്റിയും പലരും ആവർത്തിച്ചുപറയുന്നത് കേട്ടിട്ടുണ്ട്. എനിക്കങ്ങനെ തോന്നിയിട്ടില്ല. എന്നാലും ചില താളക്കേടുകളുണ്ടായിരുന്നു. അതെന്തായാലും അദ്ദേഹത്തിന് മലയാളികളെ വലിയ ഇഷ്ടമായിരുന്നു. കേരളത്തെയും."

ഒരു നിമിഷം നിർത്തിയിട്ട് അവർ ഉത്തരീയം നേരെയിട്ടു. എന്നിട്ട് തപനെ ശ്രദ്ധിച്ചു.

"ഞാനും നഫീസയും അടുത്ത സുഹൃത്തുക്കളായിരുന്നു. പലപ്പോഴും ഞാൻ ചെല്ലുമ്പോൾ അദ്ദേഹത്തെ നോക്കാനേല്പിച്ച് സഫീസ പുറത്തു പോകും. മണിക്കൂറുകൾ കഴിയും തിരിച്ചുവരാൻ. ആരെങ്കിലും പിടിക്കാതെ അദ്ദേഹത്തിന് വീൽചെയർ തനിയെ ഉരുട്ടാൻ പോലും കഴിയുമായിരുന്നില്ല. തനിയെ വീൽചെയർ ഉരുട്ടി ചിത്രം വരയ്ക്കാനുള്ള ആരോഗ്യം നശിക്കുന്നതിന്റെ ആരംഭകാലമായിരുന്നു അത്."

തപൻ മുഖം കുനിച്ചു. ആരോഗ്യമുള്ള കാലത്ത് സുബോധ് മുഖോപാധ്യായ വലിയ കാൻവാസുകളിൽ അഭ്യാസിയെപ്പോലെ തൂങ്ങിക്കിടന്നും പെരുവിരലിൽ കുത്തിനിന്നും ചിത്രം വരയ്ക്കാറുണ്ടായിരുന്നത് വായിച്ചിട്ടുള്ളത് ഓർത്തു. അമ്പതുവയസ്സുകഴിഞ്ഞതോടെയാണ് അദ്ദേഹം ശാരീരികമായി ബലഹീനനാവാൻ തുടങ്ങിയത്. കാലുകൾക്ക്

59

ബലക്ഷയം വന്നതോടെ ഇരിപ്പ് ചക്രക്കസേരയിലേക്ക് മാറ്റി. അത്യാവശ്യത്തിനുമാത്രം വാക്കറിൽ പിടിച്ചുനടന്നു. കുട്ടികളെപ്പോലെ.

തപന് ഒരു സങ്കടം വന്നു. അയാൾ ഒന്നു മുരടനക്കി സങ്കടത്തെ തെല്ലകറ്റി.

പുറത്ത് വയലേലകൾ. ഇളനീർവെള്ളം പോലുള്ള കാറ്റ്. കൊൽക്കത്തയിൽ നിന്നും ഇരുപത്തിമൂന്ന് കിലോമീറ്റർ അകലെ വയൽപ്പച്ച എന്നു പേരിട്ടിരിക്കുന്ന വീടും പറമ്പും ഈ സ്ത്രീ വാങ്ങിയിട്ട് ആറു വർഷമായിട്ടേയുള്ളൂ എന്ന് തപൻ ഓർത്തു. ആറു വർഷം മുമ്പായിരുന്നു സുബോധ് മുഖോപാധ്യായയുടെ മരണവും. കൊൽക്കത്തയിലെ വസതിയിൽ വച്ച്. മലയാളിയായിരുന്നു അദ്ദേഹത്തിന്റെ ഭാര്യയായിരുന്ന നഫീസ. അദ്ദേഹത്തിനു കേരളത്തിലും ധാരാളം ആരാധകരുണ്ടായിരുന്നു. കാളിഘട്ടിലെ മഹാശ്മശാനത്തിലെ സംസ്കാരത്തിന് മലയാളികളും സംബന്ധിച്ചിരുന്നു.

തപന് തന്റെ അമ്മയെ ഓർമ്മ വന്നു. അന്ന് അമ്മ ഒട്ടും കരഞ്ഞില്ലെന്ന് തപൻ ഓർത്തു. ഏതോ പ്രമാണിയുടെ വിലാപയാത്ര കാണും പോലെ ദെല്ലിയിലെ തന്റെ കൊച്ചുവീട്ടിലിരുന്ന് അമ്മ ടെലിവിഷൻ വാർത്തകൾ കണ്ടു പകൽ മുഴുവൻ. ഉച്ചനേരത്ത് വന്ന് ചോറുകഴിച്ചു. പിന്നെയും ടീവി കണ്ടു.

അമ്മ പറയുമായിരുന്നു.

“ഒരിക്കലും അദ്ദേഹത്തെ ശല്യം ചെയ്യരുത്. കുട്ടികളില്ലാത്ത മനുഷ്യനാണ്. ഒരു പാവം.”

വിവാഹം കഴിച്ച ബന്ധത്തിലല്ലേ കുട്ടികളില്ലാത്തത്,കൂടെ പഠിച്ച സഹപാഠിയിൽ കുട്ടിയുണ്ടല്ലോ എന്നു തർക്കിക്കാൻ നിന്നിട്ടില്ല. അമ്മ വേറെ വിവാഹം കഴിക്കാതിരുന്നതും അദ്ദേഹത്തിനൊപ്പം പോകാതിരുന്നതും ഒരു പത്രസ്ഥാപനത്തിൽ ജൂനിയർ ആർട്ടിസ്റ്റിന്റെ തസ്തികയിൽ ജോലിയിൽ കയറിയതും ചീഫ് ആർട്ടിസ്റ്റായി വിരമിച്ചതും തപൻ ഓർത്തു.

അച്ഛൻ മരിച്ച മകനായി വളർന്നപ്പോളൊക്കെ അമ്മ ന്യായം പറയുമായിരുന്നു.

“നിന്റെ അച്ഛൻ മരിച്ചതല്ല,അമ്മ കൊന്നതാണ്,നിസ്സാരമായ വാശിക്ക് കൊന്നതാണ്.”

എന്തുകൊണ്ട് പിറക്കുംമുമ്പ് എന്നെ കൊന്നില്ല എന്ന് അമ്മയോട് ചോദിച്ചില്ല. ഉത്തരം വേണമെന്നില്ലല്ലോ പല ചോദ്യങ്ങൾക്കും. ചോദ്യങ്ങൾ അവിടെയുണ്ടായിരുന്നാൽ മതി.

കേട്ടിടത്തോളം കർക്കശക്കാരിയായ ഭാര്യയായി കൂടെ ജീവിച്ച നഫീസ എന്ന സ്ത്രീയെക്കാളും വാശിക്കാരിയും കഠിനഹൃദയയുമായ തന്റെ അമ്മയെക്കാളും അദ്ദേഹത്തെ മനസ്സിലാക്കാൻ കഴിഞ്ഞത്

അദ്ദേഹത്തിന്റെ സായംകാലത്തോടടുത്ത് പരിചയപ്പെടാനിടയായ ഈ സ്ത്രീക്കാണെന്ന് തോന്നിയിട്ടുണ്ട്. അതുകൊണ്ടുമാത്രമാണ് കാണാൻ വരാൻ അനുമതി ചോദിച്ച് അവരെ വിളിച്ചതും.

അമ്മയോടും പറഞ്ഞില്ല, ആരോടും പറഞ്ഞില്ല. ഇപ്പോൾ ഇവരോടും പറയുന്നില്ല. പറയേണ്ട കാര്യമില്ല. സുബോധ് മുഖോപാധ്യായയെ അച്ഛനായിട്ടല്ല അകന്നുനിന്നു മനസ്സിലാക്കാനായിട്ടുള്ള അസാധാരണ പ്രതിഭയായിട്ടുമാത്രമാണ് ആദരിച്ചിട്ടും സ്നേഹിച്ചിട്ടുമുള്ളത്. അങ്ങനെ യൊരാൾക്ക് സാന്ത്വനം കൊടുക്കാൻ സാധിച്ച സ്ത്രീയെ കാണണമെന്നു തോന്നിയതിനെ എന്താണ് വിശേഷിപ്പിക്കേണ്ടത്. പക്ഷേ ഇപ്പോൾ ആ സ്ത്രീ പറയുന്ന ഓരോ വാക്കും തന്നെ തിരിച്ചറിഞ്ഞിട്ടുതന്നെയാണെന്നു തോന്നുന്നു. എങ്കിൽ ആ ദുർബലൻ മരിക്കും മുമ്പ് അവരുടെ മുന്നിൽ മനസ്സു തുറന്നിട്ടുണ്ടാകാം. ഒരിക്കലെങ്കിലും.

ആറുവർഷം മുമ്പ് ഇവർ ഈ സ്ഥലം വാങ്ങിയതിനുപിന്നിൽ അദ്ദേഹ ത്തോടുള്ള മമത തന്നെയാവണം.

തപന് കൂടിക്കാഴ്ച അവസാനിപ്പിച്ച് പോകാൻ തോന്നി.

ബന്ധങ്ങളോ ബന്ധങ്ങളെ സ്ഥാപിക്കുന്ന ജീവിതമോ വിചിത്രം? തപൻ സ്വയം ചോദിച്ചു. ഉത്തരമില്ലാത്ത ഒരു ചോദ്യം കൂടി.

"ശരി. അമ്മയ്ക്ക് എവിടെയോ പോകാനുണ്ടെന്നല്ലേ പറഞ്ഞത്. ഞാനിറങ്ങട്ടെ?"

പറഞ്ഞുകഴിഞ്ഞപ്പോഴാണ് അവരെ താൻ വിളിച്ചത് അമ്മ എന്നാ ണല്ലോ എന്ന് തപൻ ഓർത്തത്. പക്ഷേ ആ സ്ത്രീയിൽ ഭാവഭേദമൊന്നും കണ്ടില്ല. അവർ കസേരയിൽ കൈയൂന്നി എഴുന്നേറ്റു.

"കാണാം മോനെ. വന്നതിലും സംസാരിച്ചതിലും എനിക്കും സന്തോഷം."

തപന് അദ്ഭുതം തോന്നി. എന്തൊരു അച്ചടക്കമാണ് അവർക്ക്. എല്ലാമറിഞ്ഞിട്ടും ഒന്നുമറിയാത്തപോലെ. അതോ ഒന്നുമറിയാതെ യാണോ? വ്യാപാരവും കച്ചവടവും സാമാന്യം ഭേദമായ സാമ്പത്തിക ചുറ്റുപാടും കുടുംബബന്ധങ്ങളും സൂക്ഷിക്കുന്ന ഇവർക്കെങ്ങനെയാണ് സന്ന്യാസിയെപ്പോലെ കഴിഞ്ഞ സുബോധ് എന്ന മനുഷ്യനിലേക്ക് അടുക്കാനായതും അദ്ദേഹത്തിന് ബുദ്ധിപരമായ വ്യായാമം കൊടുക്കാ നായതും?

അവർ ഇന്റർകോമെടുത്ത് വിളിച്ചു.

എവിടെയോ വാഹനം ഇരമ്പുന്ന ഒച്ച കേട്ടു.

അവർ പറഞ്ഞു.

"എനിക്ക് ബാങ്കിൽ പോകണം. പിന്നെ ഒരു ഉച്ചവിരുന്നുമുണ്ട്. മറ്റ ന്നാൾ ഞാൻ രാജ്യം വിടും. എന്നാലും ഇടയ്ക്കിടെ വരും. ഇവിടേക്ക്."

61

തപൻ ചിരിച്ചു. ഇത്തവണ വന്നത് ഒരു സുമോയാണ്. അവർ എന്തൊക്കെയോ നിർദ്ദേശങ്ങൾ കൊടുക്കുന്നത് കേട്ടു. വേറാരോ അതിഥികൾ വരുന്നുണ്ടെന്ന് മനസ്സിലായി. സാരഥി പഴയ ആൾ തന്നെ.

തപൻ കയറി. കതകടച്ചു. അവർ ഇളംകാറ്റിൽ മയങ്ങി നോക്കിനിൽക്കുന്നു. തൂവെള്ള മുടി മുഖത്തിനുചുറ്റും പാറുന്നു. ഇനിയൊരു കൂടിക്കാഴ്ചയുണ്ടാവില്ലെന്നുറപ്പുണ്ടായിട്ടും തപൻ യാത്രാവന്ദനം ചൊല്ലി.

വീണ്ടും കാണാം എന്നായിരുന്നു അത്.

സുമോ വയൽപ്പച്ചയിലൂടെ ഓടി മരങ്ങൾക്കിടയിലെത്തി. കുത്തനെ വരച്ച വര പോലെയുള്ള മരങ്ങൾക്കിടയിൽ മയിലുകൾ മേയുന്നതു കണ്ടു. അപ്പോഴാണ് ആ ചിത്രത്തെപ്പറ്റി ഓർമ്മ വന്നത്. അദ്ദേഹത്തിന്റെ കൗമാരകാലത്തെ ഏറ്റവും പ്രശസ്തമായ എണ്ണച്ചായാചിത്രം.

'മയിലുകളുടെ വസന്തം.'

"ഈ മയിലുകളൊക്കെയൊക്കെ വളർത്തുന്നതാണോ?"

തപൻ ചോദിച്ചപ്പോൾ സാരഥി വെളിപ്പെടുത്തി.

"ഇപ്പോ വിളിക്കാൻ പോകുന്നത് ഡോക്ടറിനെയാണ്. ഇവിടെ വളർത്തുന്നതും വരുന്നതുമായ ആയിരക്കണക്കിനു മയിലുകളുണ്ട്. ഡോക്ടർക്കു താമസിക്കാനാ കോട്ടേജിലൊരെണ്ണം. ഏതേലും മയിലിന്റെ ഒരു തൂവൽ കൊഴിഞ്ഞാ അമ്മ അപ്പോ ഡോക്ടറെ വിളിക്കും."

തപൻ പിന്നീടൊന്നും ചോദിച്ചില്ല. ചാറ്റർജിബസാറിൽ ഇറക്കിവിട്ടിട്ട് സുമോ വേറെ വഴിക്ക് പോയി. മൂന്ന് സ്ത്രീകളിൽ കൂട്ടത്തിൽ ഏതു സ്ത്രീയായിരിക്കും അദ്ദേഹത്തെ ഏറ്റവും മനസ്സിലാക്കിയിട്ടുണ്ടാവുക? ബസ്സ് വരുന്നതു കണ്ടപ്പോൾ തപൻ ആലോചന മതിയാക്കി ബസ്സിൽ കയറി. ∎

കുടുംബശ്രീ

ബാങ്കിലെ ആവശ്യം കഴിഞ്ഞിറങ്ങുമ്പോൾ വല്ലാതെ സമയം വൈകിയതായി അനിതയ്ക്ക് മനസ്സിലായി.

ഇനി വീട്ടിലേക്ക് പോകാനായാലും മകനെ വിളിച്ചുകൊണ്ടുവരാൻ സ്കൂളിലേക്ക് പോകാനായാലും ആശുപത്രിയിൽ കിടക്കുന്ന സുഹൃത്തിനെ കാണാൻ പോകാനായാലും സമയമില്ല. പന്ത്രണ്ടരയ്ക്ക് സ്കൂളിലെത്തിയില്ലെങ്കിൽ പപ്പു പേടിക്കും. മറ്റ് കുട്ടികളൊക്കെ അവരെ കാത്തുനിൽക്കുന്ന രക്ഷിതാക്കളുടെ വാഹനങ്ങളിൽ കയറി കൈവീശി പോകാൻ തുടങ്ങുന്നതോടെ അവന്റെ കുഞ്ഞിച്ചുണ്ടുകൾ പതിയെ വിറയ്ക്കാൻ തുടങ്ങും. തന്നെ കാണുംവരെ ആ വിറയലുണ്ടാകും. കാണുന്നതോടെ മുഖത്തെ ചുവപ്പിക്കുന്ന ഒരു വിതുമ്പലായി അതു മാറുകയും ചെയ്യും. എത്രനേരം മാറിലമർത്തി നിന്നാലാണ് അതൊഴിയുക എന്നു പറയാനും പറ്റില്ല. അനിതയെ പരിഭ്രമം ബാധിക്കാൻ തുടങ്ങി.

തെരഞ്ഞെടുത്ത ചെറിയ കുട്ടികൾക്കായി നൽകുന്ന പ്രശ്നോത്തരിമത്സരപ്പരിശീലനത്തിൽ പങ്കെടുക്കാനാണ് ശനിയാഴ്ചയായിട്ടും പപ്പു സ്കൂളിൽ പോയിരിക്കുന്നത്. കൈയിലുള്ള ചെക്കുബുക്കുകളും പേനയും തൂവാലയും പേഴ്സും കുടയും വച്ച ചെറിയ തുണിസഞ്ചി കൈയിൽ തൂക്കി അനിത വേഗം ബാങ്കിനു താഴേക്കെത്തി.

അവൾ മൊബൈൽ ഫോണെടുത്ത് സമയം നോക്കി. ഉച്ച, പന്ത്രണ്ടായിട്ടുണ്ട്. പപ്പുവിന്റെ പഠനസമയം തീരാൻ ഇരുപത് മിനിട്ടോളം കാത്തുനിൽക്കേണ്ടിവരുമെങ്കിലും നേരെ സ്കൂളിലേക്ക് പോകുന്നതാണ് നല്ലത്. യാത്രക്കാരനില്ലാതെ ഓടിവന്ന ഓട്ടോറിക്ഷയ്ക്ക് അനിത കൈ കാണിച്ചു.

റിക്ഷയിലേക്ക് കയറും മുമ്പ് അനിതയുടെ തലച്ചോറിൽ അടിയന്തിരമായ ഒരു അടയാളം കൊമ്പുകുത്തിവീണു. 'സൂക്ഷിക്കണം വൈകാതെ എന്തോ സംഭവിക്കാൻ പോകുന്നു' എന്നതായിരുന്നു അത്. അനിത ഓട്ടോ ഡ്രൈവറെ ശ്രദ്ധിച്ചു. ശരീരചലനങ്ങളിൽ അക്ഷമ പ്രകടിപ്പിക്കുന്നതും വിയർപ്പു പൊടിഞ്ഞ നെറ്റിയുള്ളതുമായ മദ്ധ്യവയസ്കനായിരുന്നു റിക്ഷാസാരഥി. അവൾക്ക് അവിശ്വാസം തോന്നിയില്ല.

"പ്രസിഡൻസി സ്കൂൾ."

റിക്ഷയെ റോഡിൽ തിരിച്ചെടുത്ത് അയാൾ സ്കൂളിലേക്കുള്ള അനുബന്ധവഴിയിലേക്കിറക്കി. നീളത്തിൽ കിടക്കുന്ന തണലുകളുള്ള ഇടുങ്ങിയ വീഥി. രാവിലെയും വൈകുന്നേരത്തും മാത്രം തിരക്കനുഭവപ്പെടുന്ന വഴിയായിരുന്നു അത്.

അനിത സഞ്ചി മടിയിൽവച്ച് മൊബൈൽ ഫോണെടുത്ത് സന്ദേശങ്ങൾ വല്ലതും വന്നിട്ടുണ്ടോ എന്നുനോക്കി. അതുകഴിഞ്ഞ് ബാങ്കിൽ നിന്നിറങ്ങി ശേഷം മകനെ കൂട്ടാൻ താൻ സ്കൂളിലേക്ക് പോകുന്നു എന്നൊരു സന്ദേശം നഗരത്തിൽ തന്നെ ജോലിചെയ്യുന്ന ഭർത്താവായ ഉണ്ണിക്കയച്ചു. അതുംകഴിഞ്ഞ് അവൾ പുറത്തേക്കുതന്നെ നോക്കിയിരുന്നു. അപ്പോഴവൾ ആലോചിച്ചുകൊണ്ടിരുന്നത് റിക്ഷയിൽ കയറും മുമ്പ് തനിക്കുലഭിച്ച അജ്ഞാതമായ അടയാളത്തെപ്പറ്റിയായിരുന്നു.

മകൻ വല്ല വികൃതിയും കാണിച്ചിട്ടുണ്ടെങ്കിലും തട്ടിത്തടഞ്ഞ് വീണ് ദേഹം മുറിച്ചിട്ടുണ്ടെങ്കിലും ഇതിനകം സ്കൂളിൽനിന്ന് ടീച്ചർമാരിലാരെങ്കിലും വിളിച്ചു പറയാതിരിക്കില്ലെന്നും അനിതയ്ക്കറിയാം. പിന്നെ എന്തായിരിക്കും തന്റെ തലച്ചോറ് മുന്നറിയിപ്പ് നൽകിയ തനിക്ക് സംഭവിക്കാൻ പോകുന്ന കാര്യം?

ആ നിമിഷം അനിത ഉള്ളിലകപ്പെട്ട തീച്ചൂടോടെ ഭർത്താവിനായിരിക്കുമോ എന്തെങ്കിലും വിഷമം ഉണ്ടായിട്ടുണ്ടാവുക എന്ന് ചിന്തിച്ചു. മനസ്സിലൂടെ പലതരം ചിത്രങ്ങൾ വന്ന് മിന്നിപ്പോയി. വല്ലാതെ ഭയക്കാനും കാലുകളുടെ അടിഭാഗം തണുത്തുറയാനും അത്രയും ആലോചിച്ചാൽ മതിയായിരുന്നു അനിതയ്ക്ക്. ഓടുന്ന വാഹനത്തിലിരിക്കുകയാണ് താനെന്ന ബോധംപോലും അവൾക്ക് നഷ്ടമാകാൻ അധികനേരം വേണ്ടി വന്നില്ല.

നഗരത്തിലെ ഒരു ഇന്റീരിയർ ഡിസൈനറായിരുന്നു ഉണ്ണി. പലപ്പോഴും ബൈക്കിലും കാറിലും നഗരത്തിരക്കിൽ യാത്ര ചെയ്യുന്നയാൾ. അനിത വേഗം ഉണ്ണിയെ ഫോൺ ചെയ്തു. അയാൾ തന്നെയാണ് ഫോണെടുത്തത്.

"എന്താ അനീ... സ്കൂളിലെത്തിയോ?"

"ഇല്ല. എത്താറായി. എവിടെയാ?"

"ഞാൻ സൈറ്റിൽ. ങ്ും?"

"ഒന്നൂല്യ. പെട്ടെന്ന് വിളിക്കാൻ തോന്നി. "

"താൻ കാര്യം പറയെടോ."

"ഒന്നൂല്യ ഉണ്ണിയേട്ടാ, ഭർത്താവും മക്കളും ഒക്കെ നന്നായിത്തന്നെയിരിക്കുന്നോ എന്ന ആധി കേറുമ്പോ വിളിക്കുന്നതാ. മിണ്ടാണ്ട് ജോലി ചെയ്തോളൂ."

മറുവശത്ത് ഉണ്ണിയുടെ ചിരി. ഉണ്ണി പറഞ്ഞു.

"നിനക്കുടനെ ജോലിയാക്കിത്തരുന്നുണ്ട്. ഇനി അതാ വേണ്ടത്."

അനിത ഒന്നും പറയാതെ ഫോൺ വച്ചു. പപ്പു സ്കൂളിൽ പോകാൻ തുടങ്ങിയതോടെ ഇനി ജോലിക്കുപോയിത്തുടങ്ങാം എന്ന് അനിതയും വിചാരിച്ചു തുടങ്ങിയിരുന്നു. അനിത ആലോചിച്ചത് മനസ്സിൽ നേരത്തേ തോന്നിയ കറുത്ത വിചാരത്തെപ്പറ്റിയാണ്. എന്തിനോ മനസ്സിൽ തോന്നിയ ആ സംഭ്രമം എങ്ങനെ അടക്കണമെന്നറിയാതെ അനിത കുഴങ്ങി. അനിതയുടെ ചിന്തകളെ മുറിച്ചുകൊണ്ട് ഓട്ടോറിക്ഷ ഒരിടത്തായി ഒതുക്കി നിർത്തി ഡ്രൈവർ തിരക്കിട്ടിറങ്ങിയത് അന്നേരമാണ്. തൊട്ടടുത്ത തെരുവിൽനിന്നും ഉച്ചയെ കീറി ചൂളംവിളിപോലെ ഏതോ വാഹനത്തിന്റെ ഹോൺ മുഴങ്ങി.

പരിഭ്രമസ്വരത്തിലൂടെ 'എന്താ' എന്ന് അനിത ചോദിച്ചെങ്കിലും അയാളത് ശ്രദ്ധിച്ചതുപോലുമില്ല. അനിതയെ ഗൗനിക്കാതെ തിരക്കിട്ട് റിക്ഷയുടെ മുൻഭാഗം പരിശോധിക്കുകയായിരുന്നു ഡ്രൈവർ. റിക്ഷാചക്രത്തിനുമുന്നിലായി ആയിരത്തിന്റെ ഒരു കറൻസിനോട്ട് നിവർന്നു കിടപ്പുണ്ടായിരുന്നു. തല പുറത്തേക്കിട്ട് നോക്കിയ അനിത ഒരു ഞെട്ടലോടെ നെറ്റി ചുളിച്ചുപോയി. ഡ്രൈവർ പണമെടുത്തു ചുറ്റിനും നോക്കി കൗശലത്തോടെ പോക്കറ്റിൽ വച്ചു. അവിദഗ്ധനായ ഒരു കള്ളന്റേതുപോലെയായിരുന്നു അയാളുടെ ചലനങ്ങൾ.

"ഹേയ്... എന്തായിത്. ആരുടെയാ ക്യാഷ്?"

അനിത ഉറക്കെ ചോദിച്ചു.

അതിനു മറുപടി പറയുന്നതിനുപകരം ഡ്രൈവർ അവളെ ശ്രദ്ധിക്കാതെ പിന്നെയും പുറകിലേക്ക് ഓടി. അനിതയും പുറത്തിറങ്ങി അയാൾ എങ്ങോട്ടാണ് ആ വിധം ഓടുന്നതെന്ന് നോക്കി. ഡ്രൈവർ റോഡിൽനിന്ന് വീണ്ടും എന്തോ കുനിഞ്ഞെടുക്കുന്നത് അവൾ അദ്ഭുതത്തോടെ കണ്ടു. അതും ആയിരത്തിന്റെ പുത്തൻ താളുകളായിരുന്നു. അവൾ അങ്കലാപ്പോടെ അങ്ങോട്ട് ഓടിച്ചെന്നു. അയാളപ്പോഴേക്കും റോഡിലാകെ തിരച്ചിൽ നടത്തി നാലഞ്ച് നോട്ടുകൾ കൂടി പെറുക്കിയെടുത്തു കീശയിലാക്കിക്കഴിഞ്ഞിരുന്നു.

ഒരു വിഡ്ഢിച്ചിരിയോടെ അയാൾ അവൾ കേൾക്കാനായി പറഞ്ഞു.

"കള്ളനോട്ടാണോ എന്തോ...!"

"നല്ല നോട്ടായാലുമെന്താ. അത് നിങ്ങൾക്കുള്ളതല്ലല്ലോ. ആരുടെയോ കൈയിൽ നിന്ന് വഴിയിൽ വീണുപോയതാണത്. അത് തിരിച്ചുകൊടുക്കണം."

റിക്ഷാക്കാരൻ അതുകേട്ട് സ്വന്തം മുഖത്തെ ചിരി മായ്ച്ചുകളഞ്ഞതിനുശേഷം അനിതയെ ഒരു നോട്ടം നോക്കി. തലേദിവസം കണ്ട ഏതോ ദുഃസ്വപ്നത്തെ ഓർത്തെടുക്കുന്നതുപോലെയുള്ള ഒരു നോട്ടമായിരുന്നു അത്. ആ സമയത്ത് പരിസരത്തെങ്ങും ചലനങ്ങളോ ശബ്ദങ്ങളോ

ഉണ്ടായിരുന്നില്ല. എന്നിട്ടും അവൾക്ക് ഭയമൊന്നും തോന്നിയില്ല. എന്നു മാത്രവുമല്ല, കള്ളത്തരത്തിനു കൂട്ട് നിൽക്കാനാവുകയില്ലെന്ന് അവൾ മനസ്സാലെ തീരുമാനിക്കുകയും ചെയ്തിരുന്നു.

റിക്ഷാക്കാരൻ അനിതയെ തീർത്തും അവഗണിക്കുന്ന സ്വരത്തിൽ പറഞ്ഞു.

"വഴിയിൽ കിടന്നു കിട്ടിയത് നിങ്ങളുടെ പേഴ്സിൽ നിന്നു വീണതല്ലല്ലോ. ഇതെന്തു ചെയ്യണമെന്ന് എനിക്കറിയാം."

"നിങ്ങളതെന്തു ചെയ്യും?അതാണു എനിക്കുമറിയേണ്ടത്?"

ഇത്തവണ റിക്ഷാക്കാരൻ ഒന്നുനിന്നിട്ട് അവളെനോക്കി സഹതാപം നിറച്ച ഒരു ചിരി ചിരിച്ചു. പക്ഷേ അതിൽ ഭയപ്പെടുത്താൻ പോന്ന ഒരു സന്ദേശത്തെ അയാൾ ഒളിച്ചുവച്ചിട്ടുണ്ടായിരുന്നു. അനിതയ്ക്ക് അത് മനസ്സിലാകാതിരുന്നില്ല. അവളും അടുത്തതായി എന്തുവേണമെന്ന് ഒന്നാലോചിച്ചുനിൽക്കേ അയാൾ ധൃതിവച്ച് വണ്ടിയിൽ കേറിയിരുന്നിട്ട് അത് ഓടിക്കാൻ തയ്യാറാക്കി. പിന്നെ തല പുറത്തേക്കിട്ട് വരുന്നില്ലേ എന്ന മട്ടിൽ അനിതയെ നോക്കി. വണ്ടി ഒരിരമ്പത്തോടെ മുന്നോട്ട് കുതിക്കാൻ പോവുകയാണ്. അയാൾ അനിതയെ നിസ്സാരമാക്കുന്ന മട്ടിൽ പറഞ്ഞു.

"നിങ്ങൾ കേറ് പെങ്ങളേ... പ്രസിഡൻസി സ്കൂളിലല്ലേ പോകേണ്ടത്..."

അനിത നെറ്റിചുളിച്ച് അയാളെ നോക്കിക്കൊണ്ട് റിക്ഷയിൽ തിരിച്ചു കയറി. നട്ടുച്ചയുടെ പൊട്ടിച്ചിരിത്തിളക്കം പോലെ ചുറ്റുപാടും വെയിൽ. അനിത അമ്പരന്നുനോക്കി. ആരെങ്കിലും ചോദിച്ചാൽ പുറത്തെ വെയിലിന് ചൂടാണോ തണുപ്പാണോ എന്നു പറയാൻപോലും അവൾക്കപ്പോൾ സാധിക്കുമായിരുന്നില്ല.

റിക്ഷാക്കാരൻ ഇപ്പോൾ വലിയ സന്തോഷത്തിലാണ് വണ്ടിയോടിക്കുന്നത്. അയാളുടെ കീശയിൽ അയാളുടേതല്ലാത്ത ചുളിവുവീഴാത്ത ആയിരത്തിന്റെ നോട്ടുകൾ അയാളുടേതെന്നപോലെ മടങ്ങിക്കിടക്കുന്നുണ്ട്. ആ പണം ഏതെങ്കിലും ഭാഗ്യദോഷിയുടെതായിരിക്കുമെന്നത് തർക്കമില്ലാത്ത വസ്തുതയാണ്. അനിത സങ്കടത്തോടെ ആലോചിച്ചു നോക്കി. അനിതയ്ക്ക് ആരോടൊക്കെയോ നിസ്സഹായമായ ദേഷ്യവും തോന്നി. അപ്പോൾ തന്നിലുണ്ടാവുന്ന ഏതുവികാരത്തിനും പ്രകടമാവുന്നതിന് പരിമിതികളുണ്ടെന്നതും അനിത നിവൃത്തികേടോടെ മനസ്സിലാക്കി. ഒരു മനുഷ്യനെ സംബന്ധിച്ച് അതൊരു താഴ്ന്ന അവസ്ഥയായിരുന്നു.

യാത്രയിലുടനീളം അനിത അതുതന്നെ ആലോചിക്കുകയായിരുന്നു. പ്രധാന തപാൽനിലയവും ബാങ്കുകളും പ്രവർത്തിക്കുന്ന സജീവമായ റോഡാണ് തൊട്ടപ്പുറത്തുള്ളത്. മിക്കവാറും നേരങ്ങളിൽ ആളൊഴിഞ്ഞു

കാണാറുള്ള ഈ ലിങ്ക് റോഡാവട്ടെ അതിലേക്കുള്ള എളുപ്പമാർഗ്ഗവും. ബാങ്കിലോ തപാൽനിലയത്തിലോ പോയ ആരുടെയെങ്കിലും കൈയിൽ നിന്നു വീണതാവാം ആ പണം. പണം നഷ്ടപ്പെട്ട പരാതിക്കാരൻ ഇപ്പോൾ അധികാരികൾക്ക് മുന്നിൽ സങ്കടക്കടലാസുമായി നിൽക്കുകയാവും.

ഒട്ടും മടിക്കാതെ അനിത ആവശ്യപ്പെട്ടു.

“വണ്ടി പൊലീസ് സ്റ്റേഷനിലേക്ക് വിടൂ... നമുക്കീ ക്യാഷ് അവിടെ കൊടുക്കാം.”

അയാൾ വണ്ടിയുടെ വേഗം കുറയ്ക്കാതെതന്നെ ക്രൂരമായ ഒരു ഭാവത്തിൽ തിരിഞ്ഞുനോക്കി.

“ഇതെന്തു കൂത്ത്? ആരുടെയോ പൈസ... അത് കിട്ടിയത് എനിക്ക്. ഇനിയിത് ആരെ കണ്ടുപിടിച്ച് കൊടുക്കാനാണ്? പൊലീസിനെ ഏല്പിച്ചാൽ അവരിത് വിഴുങ്ങും. അല്ലാതെ ഉടമസ്ഥരെ തേടിപ്പിടിച്ച് ഏല്പിക്കാനൊന്നും പോകുന്നില്ല. പൊലീസുകാരെയൊക്കെ എനിക്കറിയാം.”

എവിടെനിന്നോ ഒരു ധൈര്യം അനിതയിലേക്കെത്തി. അവൾ ഒച്ചപൊക്കി.

“സ്റ്റേഷനിലേക്ക് വിട്. ബാക്കിയൊക്കെ ഞാൻ ചെയ്തോളാം.”

റിക്ഷാക്കാരൻ തിരിഞ്ഞുനോക്കാതെ അലക്ഷ്യമായി പറഞ്ഞു.

“ഓഹോ... ഓട്ടം വിളിച്ച സ്ഥലത്തേക്കല്ലാതെ ഒരിടത്തേക്കും ഞാനീ വണ്ടി ഓടിക്കില്ല. നിങ്ങളുടെ കൈയിൽ ഒരു തെളിവുമില്ല ഞാനീ കാശ് എടുത്തതിന്. ഉണ്ടോ? ഉണ്ടെങ്കിൽ തനിയെ പോയി കേസു കൊടുത്തോ!”

ഡ്രൈവർ പറയുന്നതുകേട്ട് അനിത നിശ്ശബ്ദയായി. അയാൾ ആത്മവിശ്വാസത്തോടെ പറയുന്നതെല്ലാം വസ്തുതകളാണ്. അയാൾ പണമെടുക്കുന്നത് മറ്റാരും കണ്ടിട്ടില്ല. താനത് എങ്ങനെ തെളിയിക്കാനാണ്? പണം നഷ്ടപ്പെട്ടയാൾ പരാതി കൊടുത്തിട്ടില്ലെങ്കിൽ പൊലീസിനും ഊഹത്തിന്റെ പേരിൽ ഒന്നും ചെയ്യാനാവില്ല. ഒരു കറൻസിയിലും ഉടമസ്ഥന്റെ പേരെഴുതിവച്ചിട്ടില്ലല്ലോ.

അനിത അല്പം മുന്നോട്ടാഞ്ഞ് ഡ്രൈവറോട് തന്ത്രപരമായി പറഞ്ഞുനോക്കി.

“ചേട്ടാ, അതേതെങ്കിലും അത്യാവശ്യക്കാരന്റേതായിരിക്കും. ഉള്ളവന്റെ മുതലൊന്നും നിലത്തുപോകില്ല. വീണുപോകുന്ന പൈസയൊക്കെ പാവപ്പെട്ടവന്റെയാണെന്നല്ലേ വായിക്കണെ വാർത്തേലൊക്കെ കാണാറ്.”

അനിതയെ നടുക്കുന്ന ഒരു തെറിവാക്ക് ഉച്ചത്തിൽ ഉച്ചരിക്കുകയാണ് അയാളാദ്യം ചെയ്തത്. അനിത അല്പം പിന്നോട്ടായിപ്പോയി അതു കേട്ടപ്പോൾ.

റിക്ഷാക്കാരൻ കൂസലില്ലാതെ തുടർന്നുപറഞ്ഞു.

"ഇറങ്ങണ്ടിടത്ത് എറങ്ങിക്കോണം. അല്ലെങ്കീ ചെലപ്പോ വീട്ടിൽ ചെല്ലാൻ പറ്റീന്ന് വരില്ല."

അനിത നിശ്ശബ്ദയായി.

റിക്ഷാക്കാരൻ ഇപ്പോൾ സ്വസ്ഥനായി വണ്ടിയോടിച്ചുകൊണ്ട് പാട്ടു പാടുകയാണ്. അയാൾ പാടുന്ന പാട്ട് ഇനി ജീവിതത്തിലെപ്പോൾ കേട്ടാലും താൻ വെറുക്കുമെന്നും ഈ നിസ്സഹായമായ പകലിനെ ഓർക്കുമെന്നും ഉടനെ താൻ കാതടച്ചുപിടിക്കുമെന്നും അനിത തിരിച്ചറിഞ്ഞു. ജീവൻ പാതിയൊഴിഞ്ഞപോലെ അവളുടെ ദേഹം തളർന്നു. അവൾ പിന്നിലേക്ക് ചാരിക്കിടന്നു. അടുത്തതായി എന്തുചെയ്യാനാവുമെന്നായിരുന്നു അപ്പോഴും അനിതയുടെ ആലോചന. ഉണ്ണിയെയോ മറ്റാരെയെങ്കിലുമോ വിളിച്ചറിയിക്കാനോ നടപടിയെടുപ്പിക്കാനോ ആ ഓട്ടോയിലിരുന്നുകൊണ്ട് സാധിക്കുമായിരുന്നില്ല. അവൾ സെൽഫോണിനെ കൈവെള്ളയിലിട്ട് ഞെരിച്ചു. പിന്നെ പല്ല് കടിച്ചു. പരമാവധി ഡ്രൈവറുടെ മുഷിഞ്ഞതും പാറിപ്പറന്നതുമായ പിൻതല കാണാതിരിക്കാനും ശ്രദ്ധ വച്ചു. സന്ദർഭത്തെ മറികടക്കാൻ അതുകൊണ്ടൊന്നും കഴിയുമായിരുന്നില്ലെങ്കിലും.

അനിത പുറത്തേക്ക് നോക്കി. സ്കൂൾ എത്താറായിരുന്നു. ഒരു വളവ് തിരിഞ്ഞ് പ്രധാന നിരത്തിലേക്ക് കയറി അടുത്ത റോഡിലിറങ്ങിയാൽ സ്കൂളായി. സമയം പന്ത്രണ്ടരയാവുകയാണ്. പഠനസഞ്ചിയും തൂക്കി ഉല്ലാസത്തോടെ പപ്പു ഇപ്പോൾ പുറത്തേക്കു വരും. അവനങ്ങനെ വന്ന് കാത്തുനിൽക്കുമെന്നതും ഒരു പ്രശ്നമാണ്. സമയം തീരെയില്ലെന്ന് തോന്നുന്ന മനുഷ്യജീവിതത്തിലെ ഒരു ഘട്ടമായിരുന്നു അത്.

അനിത അങ്ങനെയൊക്കെ ആലോചിക്കുമ്പോഴേക്കും വീണ്ടും വണ്ടി നിന്നു. പെട്ടെന്നുള്ള നിർത്തലായിരുന്നു അത്. പിടിച്ചിരുന്നിട്ടും അവൾ മുന്നോട്ടാഞ്ഞുപോയി.

"ഇടെടാ അവിടെ."

അനിത ഒന്നുകൂടി നടുങ്ങി. അങ്ങനെ ഒരാക്രോശത്തോടെ റിക്ഷാക്കാരൻ പുറത്തിറങ്ങി ഓടുന്നത് അവൾ കണ്ടു. ആകസ്മികങ്ങളുടെ പരമ്പര തനിക്കായി അന്നേദിവസം സൃഷ്ടിക്കപ്പെടുകയാണെന്നുമാത്രം അനിതയ്ക്ക് ബോധ്യമായി. സംഭവിക്കുന്നതെന്താണെന്ന് വ്യക്തമാകാത്തതിന്റെ നെഞ്ചിടിപ്പോടെ അവളും വേഗം പുറത്തിറങ്ങിനോക്കി.

മുന്നിലായി തിളങ്ങുന്ന ഒരു ബൈക്ക് നിർത്തിവച്ചിട്ടുണ്ടായിരുന്നു. വെയിലിനെ വക വയ്ക്കാതെ പാതമധ്യത്തിൽ കാൽ മടക്കിയിരുന്ന് ഒരു ചെറുപ്പക്കാരൻ ധൃതിയിൽ പണം പെറുക്കിയെടുക്കുന്നുണ്ടായിരുന്നു. ഇളംചുവപ്പുനിറമുള്ള ആയിരം രൂപയുടെ പുത്തൻതാളുകൾ തന്നെയായിരുന്നു അതും. ആ ചെറുപ്പക്കാരന്റെ സമീപത്തേക്കാണ് ഓട്ടോ ഡ്രൈവറും ഓടിച്ചെല്ലുന്നത്. അതുകണ്ട് ഒരു ഞെട്ടലോടെ ചെറുപ്പക്കാരൻ

തലയുയർത്തുന്നതും അനിത കണ്ടു. സംഭവങ്ങളുടെ ഗതി ആരും പറയാതെതന്നെ അവൾക്ക് വേഗം മനസ്സിലായി.

ഏതുവിധേനയും ചെറുപ്പക്കാരനെ സഹായിക്കണമെന്ന ലക്ഷ്യത്തോടെ അവളും വേഗം ഓട്ടോയിൽ നിന്നു പുറത്തേക്കിറങ്ങി. വലിയൊരു തർക്കത്തിനു തുടക്കം കുറിക്കുകയായിരുന്നു റിക്ഷാക്കാരനും ബൈക്കിൽ വന്ന ചെറുപ്പക്കാരനും.

ഒരു ലജ്ജയുമില്ലാതെ റിക്ഷാക്കാരൻ വിളിച്ചുപറയുന്നത് അവൾ കേട്ടു.

"എന്റെ കൈയിൽനിന്നു വീണുപോയ കാശാണ്. നോക്ക്... ഇതിന്റെ ബാക്കിനോട്ടുകൾ. അത് തിരഞ്ഞുവരികയായിരുന്നു ഞാൻ... മര്യാദയ്ക്ക് അതിങ്ങ് തന്നോ."

തനിക്ക് ആദ്യം കിട്ടിയ നോട്ടുകളെ കീശയിൽ നിന്നും വലിച്ചെടുത്ത് അയാൾ ചെറുപ്പക്കാരനു മുന്നിൽ പ്രദർശിപ്പിക്കുന്നത് അനിത കണ്ടു. അയാളുടെ നുണ സമർത്ഥിക്കാനുള്ള കഴിവ് മറ്റാർക്കും കിട്ടാത്ത വിധത്തിൽ മികച്ചതാണെന്നും അമ്പരപ്പോടെ അവൾ തിരിച്ചറിഞ്ഞു. ചെറുപ്പക്കാരൻ എങ്ങനെ അതിനെ പ്രതിരോധിക്കുമെന്നും താനെങ്ങനെ ചെറുപ്പക്കാരനെ സഹായിക്കുമെന്നും ഇതിനിടയിൽ അനിത ആലോചിക്കാതിരുന്നില്ല.

ചെറുപ്പക്കാരൻ എഴുന്നേറ്റു. തല്ലുമെന്ന ഭാവത്തിൽ കൈചുരുട്ടിക്കൊണ്ട് റിക്ഷാക്കാരനോട് അയാൾ പറഞ്ഞു.

"കിട്ടിയതുമായി പോകാൻ നോക്കെടോ. കാശ് പോയവൻ തപ്പി വന്നാ എനിക്കും നിനക്കും ഉള്ളതും കൂടി പോകും."

ചെറുപ്പക്കാരൻ പറയുന്നതു കേട്ടപ്പോൾ അടി കിട്ടിയതുപോലെയായത് അനിതയ്ക്കാണ്. കേട്ടത് വിശ്വസിക്കാൻ തന്നെ അവൾക്ക് പണിപ്പെടേണ്ടിവന്നു. വാസ്തവത്തിൽ താനെവിടെയാണെന്നും അവിടെയുള്ളതൊക്കെ ആരാണെന്നും ഒരു നിമിഷത്തേക്ക് അവൾക്ക് നിശ്ചയമില്ലാതായി. നേരും നെറിയും സ്പർശിക്കാത്തവരാണ് ഇരുവരുമെന്ന് അനിതയ്ക്ക് മനസ്സിലായി. ആരുടെയോ വിയർപ്പിന് നാണമില്ലാതെ അവകാശമുന്നയിക്കുകയാണ് റിക്ഷാക്കാരനും ചെറുപ്പക്കാരനും.

ദൈവമേ... ബധിരതയെയാണോ നീ കർണ്ണാഭരണമാക്കിയിരിക്കുന്നത്?

അനിത അകം പുകയുന്നതിന്റെ നീറലോടെ ചോദിച്ചു. ഉത്തരം കിട്ടുകയില്ലെന്ന് ഉറപ്പുള്ള ചോദ്യമായതിനാൽ താൻ തന്നെ ഇതിൽ ഇടപെടേണ്ടതുണ്ടെന്ന് അനിത ഉറപ്പിച്ചു.

"ഈ പണം നിങ്ങൾ രണ്ടാളുടേതുമല്ല. ഞാനിപ്പോ പൊലീസിനെ വിളിക്കും."

ഒരു നിമിഷം കൊണ്ട് അവിടുത്തെ ബഹളമൊതുങ്ങി. ചെറിയൊരു കാറ്റുവീശി. ചില നോട്ടുകൾ അപ്പോഴും വെയിലിൽ തിളങ്ങി നടുപ്പാതയിൽ കിടന്നു. അത് കുനിഞ്ഞെടുക്കാൻ മിനക്കെടാതെ ഇരുവരും തലയുയർത്തി അനിതയെ നോക്കി. അന്നേരത്താണ് അങ്ങനെ മൂന്നാമതൊരാളുടെ സാന്നിധ്യം ഇരുവരും ശ്രദ്ധിക്കുന്നതെന്ന് അനിതയ്ക്ക് മനസ്സിലായി. ചെറുപ്പക്കാരൻ അതാരാണെന്ന മട്ടിൽ റിക്ഷാക്കാരനെ നോക്കി. റിക്ഷാക്കാരൻ അവളെ സമീപിച്ച് സ്വരം താഴ്ത്തി പറഞ്ഞു.

"നിക്കണ്ട നീയ്. സ്ഥലം വിട്ടോ."

അനിതയ്ക്ക് അപകടം മനസ്സിലായി.

"ആരാ അത്?"

ചെറുപ്പക്കാരൻ റിക്ഷാക്കാരനോട് അല്പം മയംവന്ന സ്വരത്തിൽ തെളിച്ചുചോദിച്ചു. ചെറിയൊരു പേടി അയാളുടെ സ്വരത്തിൽ കലർന്നിട്ടില്ലേ എന്ന് അനിതയ്ക്ക് സംശയമായി.

"അതുവിട്ടേക്ക്. വാടക വിളിച്ചതാ."

റിക്ഷാക്കാരൻ പറഞ്ഞു. അതോടെ ചെറുപ്പക്കാരന്റെ പുരികങ്ങൾ വളയുന്നതും അടിപ്പോളയിൽ നിന്നും കണ്ണുകളിലേക്ക് തീജ്വാലകൾ ആളാൻ തുടങ്ങുന്നതും അതിന്റെ പുകയിൽ അയാളുടെ മേൽപ്പോളകൾ ചീർക്കാൻ തുടങ്ങുന്നതും അനിത കണ്ടു. പണം കാലുറയുടെ കീശയിൽ തിരുകിക്കേറ്റിക്കൊണ്ട് ചെറുപ്പക്കാരൻ അവളുടെ അടുത്തേക്ക് വന്നു. അയാളുടെ കക്ഷത്തിൽ നിന്ന് വിയർപ്പിൽ നനഞ്ഞ ശരീരസുഗന്ധത്തിന്റെ കൃത്രിമമണം അസഹ്യമായ വിധം അവളിലേക്ക് അടുക്കാൻ ആരംഭിച്ചു. അനിത എന്തുവേണമെന്നറിയാതെ പകച്ചു.

"എന്താടീ വേണ്ടത്?"

തന്റെ അനിയന്റെ പ്രായമുള്ളവൻ തന്നെ എടീ എന്നു വിളിച്ചത് അവൾക്ക് വല്ലാത്ത അപമാനമായി തോന്നി. അനിതയ്ക്ക് അടിമുടി വിറപടർന്നു. പക്ഷേ അനങ്ങാനാവാത്ത വിധം അവളുടെ കാലുകളും കൈകളും നിയന്ത്രിക്കപ്പെട്ടിരുന്നു.

"ഇതെങ്ങാനും എവിടേങ്കിലും പറഞ്ഞാ..."

ചെറുപ്പക്കാരൻ അത്രയുമേ പറഞ്ഞുള്ളൂ. അയാൾ അത്രയും പറഞ്ഞാൽ മതിയായിരുന്നു. അതിൽത്തന്നെ ആവശ്യത്തിലധികം ഭീഷണിക്കുള്ള കോപ്പുകളുണ്ടായിരുന്നു. അനിത ഒരിറക്ക് ഉമിനീർ വിഴുങ്ങി. ചെന്നിയിലൂടെ വിയർപ്പിന്റെ ഒരു ചാൽ താഴോട്ടിറങ്ങുന്നത് അനിത അറിഞ്ഞു. താൻ ചെന്നുപെട്ടിരിക്കുന്നത് സർവ്വത്ര ആപത്തിലാണെന്ന് അവൾക്ക് ബോധ്യമായി. ഈ സമയത്ത് തന്നെ രക്ഷിക്കാൻ ആരും വരില്ലെന്നും അനിതയ്ക്ക് വ്യക്തമായി.

"കള്ളത്തരത്തിനു കൂട്ടുനിൽക്കാൻ എന്നെ കിട്ടില്ല."

അവൾ മുന്നോട്ട് നടന്നു.

ചെറുപ്പക്കാരൻ വഴി തടഞ്ഞുനിന്നിട്ട് അവളോട് ചോദിച്ചു.

"എവിടേക്കാ നീ...?"

അവൾ ഉത്തരം പറഞ്ഞില്ല. മുന്നോട്ട് നടന്നതേയുള്ളൂ.

"എടീ, പൊലീസിനെ വിളിക്കാനാണോ... കൊന്നുകളയും നിന്നെ."

അനിത പെട്ടെന്ന് തിരിഞ്ഞുനിന്നിട്ട് ഉറക്കെ പറഞ്ഞു.

"ഒരു പൊലീസിനേം എനിക്ക് വിശ്വാസമില്ല. ദൈവം ഒണ്ടെങ്കീ നിങ്ങളോട് ചോദിക്കും. നീയൊക്കെ നശിച്ചുപോകും. അത്രേയുള്ളൂ."

പിറകിൽ ചെറുപ്പക്കാരന്റെ പൊട്ടിച്ചിരി അവൾ കേട്ടു. അവൾക്ക് ദേഷ്യം അടക്കാനായില്ല. അവൾ പല്ലു കടിക്കുന്നുണ്ടായിരുന്നു. അനിത സഞ്ചിയും ചേർത്തുപിടിച്ച് മുന്നോട്ടോടി. മകന്റെ മുഖം മാത്രമായിരുന്നു അവളുടെ മനസ്സിൽ. സമയം വൈകുകയാണ്. ഇപ്പോഴവന്റെ ചുണ്ടുകൾ വിറയ്ക്കാൻ ആരംഭിച്ചിട്ടുണ്ടാകും. മറ്റു കുട്ടികൾ രക്ഷിതാക്കളുടെ വാഹനങ്ങളിൽ കയറിയിരുന്ന് അവനെ നോക്കി കൈവീശുന്നുണ്ടാവും. ലോകത്താകെ ഒറ്റപ്പെട്ടതുപോലെ അവൻ അമ്മയെ തിരയുന്നുണ്ടാവും. അനിതയുടെ കാലുകൾക്ക് ധൃതി കൂടി. എന്നിട്ടും ചെരുപ്പ് തകർത്ത് കാലിൽ മുള്ളേറ്റപോലെ അവൾ നിന്നു. അവൾ കിതപ്പോടെ നിലത്തേക്ക് നോക്കി. ആശ്ചര്യമല്ല, ഒരു സങ്കടമാണ് അവളെ വന്ന് തൊട്ടത്.

റോഡരികിൽ അവൾക്കുമാത്രം കാണാനെന്നതുപോലെ ആയിരത്തിന്റെ ഒരു നോട്ട് അപ്പോഴും മറഞ്ഞുകിടക്കുന്നുണ്ടായിരുന്നു. ചെറുപ്പക്കാരന്റെയും റിക്ഷാക്കാരന്റെയും കണ്ണിൽപ്പെടാതെ മിച്ചം വന്ന പണം. ആ ആയിരം രൂപയ്ക്ക് എന്തെല്ലാം കാര്യങ്ങൾ താൻ നടത്താറുണ്ട്...? ഒന്നിടവിട്ട ദിവസങ്ങളിൽ വീട്ടുകാര്യങ്ങൾ നോക്കാനായി അനിതയ്ക്ക് ഭർത്താവ് കൊടുക്കാറുള്ളത് ആയിരത്തിന്റെ നോട്ടായിരുന്നു. അതിൽ ബാക്കിവരുന്നതായിരുന്നു അനിതയുടെ കീശപ്പണം. അതിൽ നിന്നായിരുന്നു അവൾ പപ്പുവിന് അപ്രതീക്ഷിതസമ്മാനങ്ങൾ വാങ്ങാറുണ്ടായിരുന്നത്.

അവൾ കാശിൽനിന്നു മുഖമുയർത്തിയിട്ട് തിരിഞ്ഞുനോക്കി. റോഡിൽ അവസാനത്തെ തിരച്ചിലും നടത്തി ചെറുപ്പക്കാരൻ ബൈക്കിൽ കയറാൻ പോവുകയായിരുന്നു. റിക്ഷാക്കാരൻ അപ്പോഴും ആർത്തിയോടെ അവിടവിടെയായി കുനിഞ്ഞുനോക്കി നടക്കുന്നുണ്ട്. അനിത വിളിച്ചുപറഞ്ഞു.

"ദേ... ഇവിടേം കിടക്കുന്നു. ഇതും കൂടി എടുത്തോ."

വിളിച്ചുപറഞ്ഞ ശേഷം അനിത നിന്നില്ല. അവൾ ആകാവുന്നത്ര വേഗതയിൽ ഓടി. ഓടുന്നതിനിടെ അവൾ തിരിഞ്ഞുനോക്കി.

ഇരുവരും ലക്ഷ്യസ്ഥാനത്തേക്ക് ഓടിയടുക്കുന്നതും എന്നാൽ ചെറുപ്പക്കാരൻ റിക്ഷാക്കാരനെ ഓടാൻ സമ്മതിക്കാതെ റോഡിലേക്ക്

തള്ളിയിടുന്നതും അനിത കണ്ടു. അടുത്തക്ഷണം റിക്ഷാക്കാരൻ ചാടിയെഴുന്നേറ്റ് ചെറുപ്പക്കാരനെ നിലത്തുവീഴ്ത്തുന്നതും അവൾ കണ്ടു. ഇരുവരുടെയും മൽപ്പിടുത്തം മുന്നേറുമ്പോൾ അനിത ആകാവുന്നത്ര വേഗതയിൽ ഓടുകയായിരുന്നു.

അനിതയുടെ ഓട്ടം അവസാനിച്ചത് ലിങ്ക് റോഡ് ആരംഭിക്കുന്നിടത്തെ കവലയിലായിരുന്നു.

വാഹനങ്ങൾ തിരിച്ചുവിടുന്ന പൊലീസുകാരനെ അവൾ അവിടെ കണ്ടു. അയാളുടെ ജോലിത്തിരക്ക് ശ്രദ്ധിച്ചുകൊണ്ട് അനിത ചുറ്റും നോക്കി. കുറച്ചുമാറി കരിക്കു വില്പനക്കാരൻ വച്ചിരിക്കുന്ന തണലിനടുത്തായി മറ്റൊരു പൊലീസുകാരൻ നിന്ന് സെൽഫോണിൽ സംസാരിക്കുന്നുണ്ട്.

അനിത വേഗം നടന്ന് അങ്ങോട്ടെത്തി.

"സർ, സർ..."

അയാൾ നോക്കി. അവൾ നടന്ന കാര്യം പറഞ്ഞു. പിന്നെ ഓട്ടോയിലിരിക്കേ എഴുതിയെടുത്ത റിക്ഷാക്കാരന്റെ വണ്ടിപ്പേരും നമ്പറും കൈമാറി. ചെറുപ്പക്കാരന്റെ വണ്ടി നമ്പർ ഓർമ്മയിലില്ലായിരുന്നെങ്കിലും അതൊരു കറുത്ത പൾസർ ബൈക്കായിരുന്നുവെന്ന് അവൾക്കോർമ്മയുണ്ടായിരുന്നു.

വിവരങ്ങൾ കൈമാറിയിട്ട് അനിത തിരക്കിട്ട് സ്കൂളിലേക്ക് നടന്നു.

എല്ലാ കുട്ടികളും പോയിട്ടും അമ്മ വരാത്തതെന്തെന്ന് നോക്കി പള്ളിക്കൂടം തിണ്ണയിൽ നിൽക്കുകയായിരുന്നു പപ്പു. അനിതയെ കണ്ടപാടെ അല്പം ചുവക്കാൻ തുടങ്ങിയ കണ്ണുകളോടെ പപ്പു ചോദിച്ചു.

"ടെൻ മിനിട്ട്സായി കഴിഞ്ഞിട്ട്. എവിടെപ്പോയിരിക്കുകയായിരുന്നു അമ്മ?"

കടലിലെത്തിയ മീനിനെപ്പോലെ സ്വയം കിതപ്പടക്കിക്കൊണ്ട് അനിത അവനെ നോക്കി ചിരിച്ചു. പപ്പു അമ്മയെത്തന്നെ അമ്പരപ്പോടെ നോക്കി. അനിത അവന്റെ മുടിയിഴകൾ മാടിവച്ചുകൊണ്ട് പറഞ്ഞു.

"ഓട്ടോയിൽ കേറിയപ്പോൾ അമ്മയ്ക്ക് ഒരു സിഗ്നൽ കിട്ടി. അതനുസരിച്ച് കള്ളനെ പിടിക്കാൻ പോയി."

എല്ലാ പരിഭവവും മറന്നുകൊണ്ട് പപ്പു ഉത്സാഹിയായി.

"കള്ളനോ... അമ്മ കള്ളന്മാരെ പിടിച്ചോ? നുണ."

"അമ്മ നുണ പറയുമോ പപ്പു?"

"ഇല്ല."

മകനൊരുമ്മ കൊടുത്തിട്ട് അനിത അവനെയും കൂട്ടി സ്കൂളിനു പുറത്തെത്തി. മറ്റൊരു ഓട്ടോറിക്ഷ വിളിച്ച് വീട്ടിലേക്ക് പുറപ്പെട്ടു. പോകാൻ

നേരം റിക്ഷാക്കാരനോട് ഒരു കാര്യം പറയാൻ അനിത മറന്നില്ല. അത് ലിങ്ക് റോഡ് വഴിയേതന്നെ പോകണമെന്നായിരുന്നു.

ലിങ്ക് റോഡിൽ സംഭവം നടന്ന സ്ഥലത്ത് പൊലീസ് വണ്ടിയും നാലഞ്ച് ആളുകളും കൂടിനിൽക്കുന്നുണ്ടായിരുന്നു. അവർ ചെല്ലുമ്പോൾ ആ റിക്ഷാക്കാരനെയും ബൈക്കിൽ വന്ന ചെറുപ്പക്കാരനെയും പൊലീസ് ജീപ്പിലേക്ക് കയറ്റുകയായിരുന്നു. തനിക്ക് പങ്കില്ലാത്ത ഒരു സംഭവത്തെ കാണുന്നതുപോലെ അനിത പപ്പുവിനൊപ്പം പുറത്തേക്ക് നോക്കി.

പിറ്റേന്ന് കാലത്ത് പത്രം വായിക്കാനെടുത്ത ഉണ്ണി സന്തോഷത്തോടെ വായിച്ചു.

"വീട്ടമ്മയുടെ സാമർത്ഥ്യം കള്ളന്മാരെ കുടുക്കി. യഥാർത്ഥ വ്യക്തിക്ക് നഷ്ടപ്പെട്ട പണം തിരിച്ചുകിട്ടി."

അനിത തിരക്കിനിടയിലും വന്ന് പത്രം എത്തിനോക്കി അടുക്കളയിലേക്കുതന്നെ മടങ്ങി. വാർത്ത വിശദമായി വായിക്കാൻ അനിതയ്ക്ക് അപ്പോൾ സമയമുണ്ടായിരുന്നില്ല. പത്രമുപേക്ഷിച്ച് അനിതയുടെ പിന്നാലെ അടുക്കളയിലെത്തിയ ഉണ്ണി പതിയെ ചുറ്റിപ്പിടിച്ചിട്ട് ചോദിച്ചു.

"തലച്ചോറിന്റെ ഏതു ഭാഗമാ നിനക്കാ സിഗ്നൽ തന്നത്?"

അനിത ചിരിയോടെ പറഞ്ഞു.

"എവിടെയോ പതറിനിൽക്കുന്ന ആവശ്യക്കാരനാണ് എല്ലാർക്കും സിഗ്നൽസ് അയയ്ക്കുന്നത്. നമ്മുടെ തലച്ചോറല്ല. നമ്മുടെ റിസീവർ അത് സ്വീകരിക്കുന്നുവെന്നേയുള്ളൂ."

ഉണ്ണി അവളെ പതിയെ ചുംബിച്ചു. ജീവകോശങ്ങളും നാഡികളും ഞരമ്പുകളും പെരുത്ത് അനിത ഭൂമിയോളം നിറഞ്ഞു. ■

കപ്പ

ഓരോന്നിനോടുമുള്ള സവിശേഷമായ കൊതികളാണ് ജീവിതത്തിലെ നഷ്ടങ്ങളെപ്പറ്റി ഓർമിപ്പിക്കുന്നതെന്ന് അയാൾക്ക് തോന്നി.

തലേന്നുമുതൽ അല്പം കപ്പ തിന്നാൻ കൊതിക്കുകയാണ്. നഗരത്തിലെ മിക്കവാറും തട്ടുകടകളുടെ തിരക്കിനുമുന്നിൽ കാർ നിർത്തിയിട്ട് അയാൾ അന്വേഷിച്ചിരുന്നു. പലരും ദോശയും ചപ്പാത്തിയും പോട്ടിയും ഇറച്ചിയും വിളമ്പുന്നതിന്റെ തിരക്കിനിടയിൽ അയാളുടെ ചോദ്യം കേട്ടില്ലെന്നു നടിച്ചു. അങ്ങനെ നടിച്ചവരോട് ഈർഷ്യ പുറത്തു കാട്ടാതെ സംയമനത്തോടെ അയാൾ പിന്നേയും കെഞ്ചി.

"കപ്പയുണ്ടോ?"

"ങേ?"

"കൊള്ളി..."

"ങേ...?"

"പൂള... മരച്ചീനി..."

നിർത്തിയ കാർ കണ്ട് വർദ്ധിച്ച സന്തോഷത്തോടെ ഓടിവന്ന തട്ടുകട ജോലിക്കാർ അന്വേഷണം കേട്ട് മ്ലാനവദനരായി. നരഹത്യ നടത്തിയ ഒരുവനെ നോക്കുംപോലെ അതുകേട്ട് അവരൊക്കെ അയാളെ നോക്കി. എന്നിട്ട് ക്രൂരമായ ആനന്ദത്തോടെ കപ്പ അവിടെയെങ്ങും കിട്ടുകയില്ലെന്ന് ഓരോരുത്തരും വെട്ടിത്തുറന്നു പറയുകയും ചെയ്തു.

അതുകേട്ടിട്ടും പ്രതീക്ഷ കൈവിടാതെ അയാൾ തട്ടുകടക്കാരുടെ പാത്രങ്ങളിലേക്ക് നോക്കി. മുളകുപുരട്ടി എണ്ണയിൽ വറുത്തുകോരി വച്ചിരിക്കുന്ന ചുവന്ന നിറത്തിലുള്ള തുടമാംസക്കഷണങ്ങൾ. നെടുകെ ഛേദിച്ച് മസാല പുരട്ടി വറുത്തുവച്ചിരിക്കുന്ന മത്സ്യങ്ങൾ. പുഴുങ്ങിവച്ചിരിക്കുന്ന മുട്ടകൾ. വേവിച്ചുലർത്തി വച്ചിരിക്കുന്ന കുടലും കരളും തലച്ചോറും ചോരയും. കപ്പ മാത്രം ഒരിടത്തുമില്ല.

മഞ്ഞളരച്ച് കടുക് പൊട്ടിച്ചുചേർത്ത കപ്പ. പച്ചമുളകരച്ച് വേവിച്ചെടുത്ത കപ്പ. കടലയോ പയറോ ചേർത്തുവേവിച്ച കപ്പ. ചേമ്പോ ചേനയോ കാച്ചിലോ ചേർത്തുണ്ടാക്കിയ കപ്പ. പുട്ടിനോ അപ്പത്തിനോ കഴിക്കാവുന്ന

വിധത്തിൽ നീട്ടിപ്പരത്തിയ കപ്പ. അയാൾ ആർത്തിയോടെ ചുറ്റിനും പരതി. ഒരിടത്തും കപ്പ മാത്രമില്ല.

ആവിയിൽ ഇലയടയും പുട്ടും ഇഡ്ഡലിയും വേവുന്നതുകണ്ടു. കക്ക യിറച്ചിയും ഞണ്ടും പലതരം മീനുകളും വേവുന്നതുകണ്ടു. ആളുകൾ കുടലുകൾ ചവച്ചുതിന്നുന്നു. തലച്ചോറും കട്ടച്ചോരയും ചവച്ചുതിന്നുന്നു. കരളും ചെകിളയും തലയും തിന്നുന്നു. എല്ലുകൾ നക്കിത്തോർത്തുന്നു. ഒരിടത്തും കപ്പ കിട്ടാനില്ല.

അയാൾ ഒറ്റവരിപ്പാതയിലൂടെ കാറോടിച്ചു. വലിയ വലിയ ഹോട്ടലു കളുടെ ഉമ്മറത്ത് അന്നത്തെ പ്രത്യേകവിഭവങ്ങളെപ്പറ്റി എഴുതിവച്ചിരി ക്കുന്നിടത്ത് പോയിനോക്കി. അയാളുടെ വേഷവിധാനം കണ്ടിട്ടാവാം ആരും അയാളോട് മാറിനിൽക്കാൻ ആവശ്യപ്പെട്ടില്ല. പക്ഷേ അങ്ങനെ എഴുതിവച്ച ഒരു പട്ടികയിലും കപ്പവിഭവത്തിന്റെ പേരുണ്ടായിരുന്നില്ല. എന്താണു വേണ്ടതെന്നു ചോദിച്ചുവന്നവരോട് തനിക്ക് കപ്പയാണ് കഴി ക്കാൻ വേണ്ടതെന്ന് അയാൾ നിഷ്കളങ്കമായി പറഞ്ഞു. ആ ചോദ്യം കേൾക്കുന്നതോടെ ഒരോരുത്തരും അയാളെവിട്ട് തിരക്കുള്ളവരും അവിടെ യുള്ളത് കഴിക്കാനെത്തിയിട്ടുള്ളവരുമായ മറ്റ് അതിഥികളുടെ ശീല ങ്ങളും ആവശ്യങ്ങളും തിരക്കാനായി നീങ്ങി.

കുത്തനെ വെളിച്ചം വീണുകിടക്കുന്ന തെരുവീഥികളിലൂടെ അയാൾ വീണ്ടും കാർ നീക്കി. അയാൾക്ക് വയർ കത്തുന്നതായി തോന്നി. വിശ പ്പല്ല ആർത്തിയാണിത്. കിട്ടില്ലെന്നറിയാവുന്ന ആഹാരത്തോട് ശരീരം കാണിക്കുന്ന വാശി. എന്തിനാണിപ്പോൾ കപ്പ തന്നെ വേണമെന്ന് തോന്നുന്നത്? കഴിഞ്ഞ പതിനൊന്നുവർഷമായി മോഹിക്കുന്ന ആഹാര മാണോ കഴിക്കുന്നത്? എവിടെച്ചെന്നാലും എന്താണ് കഴിക്കാനിഷ്ട മെന്ന് അവിടുത്തെ വീട്ടുകാർ ചോദിക്കുമ്പോൾ അങ്ങേയറ്റത്തെ നിസ്സഹാ യതയോടെ തനിക്ക് മെനുവില്ല എന്തു തന്നാലും കഴിക്കാൻ തയ്യാറാണ് എന്ന് പറയാറുള്ളത് അയാൾ ഓർത്തു. കാറിൽ ചെന്നിറങ്ങുന്നതിനാലും നല്ല വേഷങ്ങൾ ധരിക്കുന്നതിനാലും നന്നായി സംസാരിക്കുന്നതിനാലും കൈയിൽ പണമുണ്ടെന്ന് മറ്റുള്ളവർക്ക് അറിയാവുന്നതിനാലും ആരും തന്നെ സഹതാപത്തോടെ നോക്കുന്നില്ലെന്നും താനൊരു തമാശയാണ് പറഞ്ഞതെന്ന മട്ടിൽ അവരൊക്കെ ഉദാരമായി ചിരിക്കുകയാണ് പതി വെന്നും അയാൾക്കറിയാം. പക്ഷേ വീട്ടുകാരുണ്ടാക്കിയ ആ ഭക്ഷണം മുഴുനീളക്കുപ്പായക്കൈയുടെ കുടുക്കുകൾ അഴിച്ച് ഒരുതരം അനുഷ്ഠാന ബുദ്ധിയോടെയും ഏകാഗ്രതയോടെയും കഴിക്കുമ്പോൾ താൻ ആത്മാ വിൽ അനുഭവിക്കുന്ന ആനന്ദത്തെപ്പറ്റി അയാൾ തിരിച്ചറിയാറുണ്ട്. അത് പതിനൊന്നുവർഷമായി ഹോട്ടൽ ഭക്ഷണം നൽകിപ്പോരുന്ന വിരസത യോടുള്ള ശരീരത്തിന്റെ ആനുകൂല്യമാണ്.

അയാൾ ഇടവഴികളിലൂടെ തുടർന്നും വണ്ടിയോടിച്ചു. അവസാ നത്തെ ആശ്രയം മധുശാലയാണ്. നഗരത്തിലെ മുന്തിയ മധുശാലയുടെ

മുന്നിലേക്ക് വണ്ടി കയറ്റുമ്പോൾ ആദരവ് കലർന്ന അഭിവാദനം അയാൾക്ക് പാറാവുകാരനിൽനിന്നും ലഭിച്ചു. കപ്പ തിന്നാനായി വിശന്നെത്തുന്ന ഒരുവനെ മധുശാലയിലെ പാറാവുകാരൻ അഭിവാദ്യം ചെയ്യുന്നത് ലോകത്തുതന്നെ ആദ്യമായിട്ടായിരിക്കുമെന്ന് അയാൾക്ക് കൗതുകം തോന്നി.

വയലറ്റും ചുവപ്പും മഞ്ഞയും വെളിച്ചം കയ്ച്ചുകിടക്കുന്ന തളത്തിലേക്ക് അയാൾ പ്രവേശിച്ചപ്പോൾ കുടിയന്മാരും വിളമ്പുകാരും ആഗതനെ നിശ്ശബ്ദമായി വരവേൽക്കുന്നത് അയാൾക്ക് മനസ്സിലാക്കാൻ സാധിച്ചു. തനിക്കരികിലേക്ക് വന്ന പ്രധാന വിളമ്പുകാരനോട് അയാൾ പതുക്കെ ചോദിച്ചു.

"കഴിക്കാൻ കപ്പ കിട്ടുമോ?"

"കപ്പയില്ല, മാനും മുയലും പോർക്കും തരാം. പിന്നെ സാറിനിഷ്ടമെങ്കിൽ പാമ്പിറച്ചി."

അയാൾ കൈയുയർത്തി തടഞ്ഞു.

"ഇവിടെ അടുത്തേതെങ്കിലും ബാറിൽ കപ്പ കിട്ടുമോ?"

"ഞങ്ങൾ കൊടുത്തിരുന്നതാണ്, പുതിയ ബാർ മാനേജർ വന്നപ്പോ കപ്പ നിറുത്തലാക്കി."

അയാൾ തിരിഞ്ഞു നടന്നു. വിളമ്പുകാരൻ പിന്നാലെ വന്നു.

"സർ, അപ്പമോ പുട്ടോ വരുത്തിത്തരാം. പതിനഞ്ച് മിനിട്ട് മതി."

അയാൾ മറുപടി പറയാതെ അരിശത്തോടെ പുറത്തേക്കുതന്നെ നടന്നു. കപ്പ നിർത്തലാക്കിയ മധുശാലാകാര്യസ്ഥനെ അയാൾക്കൊന്നു കാണണമെന്നും താനീ നാട്ടുകാരനല്ലേയെന്ന് പരമാവധി ദേഷ്യത്തോടെ ചോദിക്കണമെന്നുമുണ്ടായിരുന്നു. പക്ഷേ അപ്പോഴയാൾ അതിനു തുനിഞ്ഞില്ല. കാർ തിരിച്ചിറക്കുമ്പോഴും പാറാവുകാരന്റെ അഭിവാദനം കിട്ടി. അപ്പോൾ അയാൾക്കത് അപമാനമായിട്ടു തോന്നി. അകത്തുകയറി മദ്യവും ഭക്ഷണവും കഴിക്കാതെ തിരിച്ചിറങ്ങിയ തനിക്കും അയാൾ അഭിവാദനം തരുന്നുണ്ടെങ്കിൽ അയാൾ ആരെയാണ് ശ്രദ്ധിക്കുന്നത്. അതൊരു മനുഷ്യൻ തന്നെയാണോ. അതോ യന്ത്രമോ...?

അയാൾ അടുത്ത മദ്യശാലയിലേക്ക് ചെന്നു. അവിടെയും മറിച്ചായിരുന്നില്ല മറുപടി. അതോടെ കപ്പ തിന്നാനുള്ള ആഗ്രഹം അയാളിൽ അടങ്ങുകയും നഗരത്തിലെവിടെയെങ്കിലും കപ്പ കിട്ടുമോ എന്ന അന്വേഷണമായി അത് മാറുകയും ചെയ്തു. മാത്രവുമല്ല തന്റെ നെഞ്ചിനും അരക്കെട്ടിനുമിടയിലുള്ള ഭാഗത്ത് വിശപ്പ് എന്ന സംഗതി അതോടെ അടങ്ങിക്കിടക്കുകയാണോ അതോ എന്നേക്കുമായി ഇറങ്ങിപ്പോവുകയാണോ ചെയ്തതെന്നും അയാൾക്ക് മനസ്സിലാക്കാനും സാധിച്ചില്ല.

അങ്ങനെ അവസാനത്തെ പരീക്ഷണമെന്ന നിലയിൽ നക്ഷത്രസൗധങ്ങൾ വിട്ട് അയാൾ തുച്ഛമായ വിലയ്ക്ക് മദ്യം വിൽക്കുന്ന കുടുസ്സുമുറി

മധുശാലകളിലേക്ക് അന്വേഷണം മാറ്റി. കാർ കയറിച്ചെന്നതേ അവിടുത്തെ കിഴവനായ പാറാവുകാരൻ പരിഭ്രാന്തനാകുന്നത് അയാൾ കാണാതെയിരുന്നില്ല. കാസരോഗികളും നഗരത്തിലെ ഭിക്ഷക്കാരും താഴ്ന്ന വരുമാനക്കാരും താലൂക്ക് ആശുപത്രിയിൽ രോഗികൾക്ക് കൂട്ടിരിക്കുന്ന പ്രത്യാശ നഷ്ടപ്പെട്ട പുരുഷന്മാരുമാണ് അവിടുത്തെ പതിവുകാരെന്ന് ഉടനെതന്നെ അയാൾക്ക് മനസ്സിലായി.

അയാൾ അകത്തേക്ക് ചെന്നപ്പോൾ വിളമ്പുകാരുടേതല്ലാത്ത പാദം മൂടിച്ചെരിപ്പുകളുടെ മുഴക്കം സംഭവിച്ചു. ആകസ്മികമായി മുഴുക്കുപ്പി മദ്യം തട്ടിമറിഞ്ഞതുപോലെയുള്ള ഒരു നിശ്ശബ്ദതയും അവിടെ പടർന്നു. സാധാരണവേഷം ധരിച്ച വിളമ്പുകാർ തമ്മിൽത്തമ്മിൽ നോക്കി. വലിയ വട്ടമേശയ്ക്കുപിന്നിൽ മദ്യം അളന്നുകൊണ്ടിരുന്ന ചെറുപ്പക്കാർ ആ ജോലി നിർത്തിവച്ച് അയാളെ ശ്രദ്ധിച്ചു. ഇരുളിൽ എവിടെയോ എന്തിനും പോന്ന ഒരു തയ്യാറെടുപ്പ് ആരോ നടത്തുന്നതായി അയാൾക്ക് തോന്നി. അതയാളെ ഭയപ്പെടുത്തിയില്ല. അയാൾക്കാവശ്യം കപ്പ മാത്രമായിരുന്നു. അതുകൊണ്ടുതന്നെ അയാൾ ആരേയും ശ്രദ്ധിച്ചില്ല. നേരെ ചെന്ന് വട്ടമേശയ്ക്കു പിന്നിലെ മുട്ടാളനെപ്പോലുള്ള ചെറുപ്പക്കാരനോട് ചോദിച്ചു.

"കപ്പയുണ്ടോ?"

"ങേ...?"

"മദ്യത്തിന്റെ കൂടെ കപ്പ കിട്ടുമോ?"

താൻ കേട്ടത് മറ്റെന്തോ ആണെന്ന പോലെയോ ഒരുപക്ഷേ ഇംഗ്ലീഷിലാണ് ചോദ്യം വരുന്നതെങ്കിൽ തനിക്കറിയാവുന്ന ഇംഗ്ലീഷിൽ അതിനു മറുപടി പറയാൻ കരുതിവച്ചിരുന്നത് പ്രയോജനപ്പെട്ടില്ലെന്ന ഖേദത്താലോ ആ ചെറുപ്പക്കാരൻ അങ്ങേയറ്റം പരവശനായി മറ്റുള്ളവരെ നോക്കി. ഒരാശുപത്രിയിൽ എത്തിച്ച അത്യാസന്നക്കാരനെ പൊതിയും പോലെ അവിടുത്തെ സകല വിളമ്പുകാരും അയാളെ ചുറ്റിപ്പൊതിയുകയും സഹായിക്കാനായി സന്നദ്ധത കാണിക്കുകയും ചെയ്തു.

"മിക്സറും അച്ചാറും തരാം."

"പിന്നെ എഗ്ഗ് ആൻഡ് പീസുണ്ട്. കുരുമുളകിട്ടത്."

മറ്റൊരാൾ പറഞ്ഞു. ഉടനെ വേറൊരാൾ സ്വരം താഴ്ത്തി ഇടപെട്ടു.

"സാറേ, എഗ്ഗ് ആൻഡ് പീസ് വേണ്ട. വെപ്പുകാരൻ കാലത്തു വേവിച്ചുവച്ചിട്ടുപോകുന്ന ഗ്രീൻപീസാ. അതിപ്പോ എത്ര ചൂടാക്കിയാലും കാര്യമില്ല. സ്റ്റാഫില്ലാത്തതുകൊണ്ട് ഞങ്ങളുതന്നെയാ കുക്കിംഗ്. സാറിന് ഉഗ്രൻ ഗ്രീൻ ചില്ലി ഉണ്ടാക്കിത്തരാം. പത്തേപത്തുമിനിട്ട്."

"എനിക്ക് കപ്പ കിട്ടിയാ മതി. അതുണ്ടോ..."

അവിടെ ഒരു മ്ലാനത പരന്നു. ആ നേരത്തിനകം ചില മദ്യപാനികൾ എന്തോ പന്തികേട് മണത്ത് വേഗം ഗ്ലാസിലുള്ളത് കുടിച്ച് ചിറി തുടച്ച്

77

ഇറങ്ങിപ്പോകുന്നത് അയാൾ കണ്ടു. അവരുടെ മുഷിഞ്ഞ മുണ്ടിന്റെ കോന്തല നിലത്തിഴയുന്നുണ്ടായിരുന്നു. ഓടിവന്ന ഒരെലി നിശ്ചലത മനസ്സിലാക്കി സ്വയം ധ്യാനത്തിലായി. എന്നിട്ട് തിരിച്ചുപോയി.

"കപ്പ കിട്ടണമെങ്കീ ഷാപ്പിൽ പോണം. ഇനിയിപ്പോ പോയിട്ട് കാര്യമില്ല. എട്ടരയ്ക്ക് അവര് കച്ചോടം പൂട്ടും. തന്നേമല്ല കപ്പയൊക്കെ ഏഴു മണിയോടെ തീരേം ചെയ്യും. സാറിരി. നല്ല ഫ്രഷായിട്ട് വേണ്ടതുണ്ടാക്കിത്തരാം."

തന്റെ കുപ്പായത്തിൽ ഏതോ വിളമ്പുകാരൻ പിടിച്ചുവലിക്കാനും പിടിച്ചിരുത്താനും തുനിഞ്ഞതോടെ അയാൾ തീർത്തുപറഞ്ഞു.

"കപ്പ തിന്നാൻ കൊതിച്ചുവന്നതാണ്. വേറൊന്നും വേണ്ട."

അവരുടെ മുഖങ്ങളിലെ പരിപൂർണമായ അമ്പരപ്പിനിടയിലൂടെ അയാൾ പുറത്തേക്ക് നടന്നു. ഒറ്റവലിക്ക് മദ്യം മോന്താൻ വന്ന രോഗികളും പാവപ്പെട്ടവരും തർക്കം കേൾക്കാൻ നിൽക്കാതെ വേണ്ടതു കഴിച്ചിട്ട് കൂടുതൽ തപിച്ച ഹൃദയത്തോടെ ഇറങ്ങിപ്പോയി. ചിലരൊക്കെ ചുറ്റിപ്പറ്റിനിന്നെങ്കിലും അവരെ വിളമ്പുകാർ കണ്ണുരുട്ടി പറഞ്ഞയച്ചുകൊണ്ടിരുന്നു.

പുറത്തുവന്നശേഷം രാത്രിയെ നോക്കി അയാൾ ഏറെനേരം നിന്നു. ഇനി എവിടേക്ക് പോകണമെന്ന് അയാൾക്കറിയുമായിരുന്നില്ല. നെഞ്ചിന്റെ അടിത്തട്ടിൽ പിടികൂടിയിരിക്കുന്ന പിടയ്ക്കുന്ന വേദന തന്നെ കൊല്ലുമെന്ന് അയാൾ തീർച്ചയാക്കി. അതിനിടകൊടുക്കരുത്. അയാൾ നിശ്ചയിച്ചു. പിന്നെ തിരിച്ചു അതേസ്ഥലത്തേക്കുതന്നെ കയറിച്ചെന്നു.

നിലത്ത് കടലാസുകളും സിഗരറ്റ് കൂടുകളും അടപ്പുകളും വെള്ളവും ഛർദ്ദിലും വീണു കിടന്നിരുന്നു. അതിനിടയിലായി ഒരു മൂലയിൽ അയാൾ കസേര വലിച്ചിട്ടിരുന്നു. മങ്ങിമങ്ങിക്കത്തിക്കൊണ്ടിരുന്ന വട്ടമേശയ്ക്കരികിൽനിന്നും വിളമ്പുകാർ പിന്നേയും അയാൾക്കരികിലേക്കെത്തി. മറ്റു കുടിയന്മാർ ആ നാടകത്തിൽ താത്പര്യം കാണിക്കാതെ ചിലയ്ക്കുകയും കലമ്പുകയും പുലമ്പുകയും തങ്ങളോടുതന്നെ വഴക്കിടുകയും സങ്കടപ്പെടുകയും കോന്തലയുയർത്തി വായും അച്ചാറെടുത്ത ഉള്ളം കൈയും തുടച്ച് പുറത്തേക്ക് നീന്തിപ്പോവുകയും ചെയ്തു.

അയാൾ ഒരു കുപ്പി റമ്മും ഒരു കുപ്പി വെള്ളവും ആവശ്യപ്പെട്ടു. എന്നിട്ടും പോകാതെ നിൽക്കുകയാണ് വിളമ്പുകാരൻ. നേരത്തേ കുപ്പായത്തിൽ പിടിച്ചുവലിച്ചയാളല്ല അത്.

"സർ, കുടൽമാല... തലച്ചോറ്, ചപ്പാത്തി... പുറത്തുനിന്നും വരുത്താം."

അയാൾ തന്റെ മുന്നിൽ നടുകുനിച്ചുനിൽക്കുന്ന ചെറുപ്പക്കാരനെ നോക്കി പറഞ്ഞു.

"കപ്പയില്ലല്ലോ. എനിക്ക് മദ്യം മാത്രം മതി."

ചെറുപ്പക്കാരനിൽ അമ്പരപ്പ് പടരുന്നത് അയാൾ കണ്ടു. ചെറുപ്പക്കാരൻ ഭവ്യമായി ഗ്ലാസിലേക്ക് റം പകർന്നു.

“സർ, ഫ്രഷായി എഗ്ഗ്ചില്ലിയോ ബോയിൽഡ്എഗ്ഗോ... അതൊക്കെ ഇവിടെ ഉണ്ടാക്കാം... മിനിട്ടുമതി...”

“ഗ്രീൻ സാലഡ് മതി.”

ചെറുപ്പക്കാരൻ അവിശ്വാസത്തോടെ പോകുന്നത് അയാൾ കണ്ടു.

അയാൾക്ക് അമ്മയെ ഓർമ വന്നു. ഇപ്പോൾ വാർദ്ധക്യത്തിലിരിക്കുന്ന അമ്മ എന്നായിരിക്കും മരിച്ചുപോകുന്നതെന്ന് അയാൾ വിചാരിച്ചു. അമ്മ മരിക്കുന്നതോടെ ഭൂമിയുമായുള്ള തന്റെ പൊക്കിൾക്കൊടി മുറിയും. താൻ പരിപൂർണമായും അനാഥനാവും. ഒരുപക്ഷേ വല്ലകിയുടെ മരണം നടന്നിരുന്നില്ലെങ്കിൽ താൻ അമ്മയോടും വല്ലകിയോടുമൊപ്പം സമാധാനത്തോടെ ജീവിക്കുമായിരിന്നിരിക്കണം. പക്ഷേ ഇടിമിന്നലേറ്റ് വല്ലകി മരിച്ചുപോയി. ഒന്നിച്ചുജീവിച്ച് മൂന്നുവർഷം പിന്നിട്ടിരുന്നില്ല. ദാമ്പത്യത്തിന്റെ സമ്മാനം വരുന്നതിനു മുന്നോടിയായി ഇരുവർക്കും മാത്രമായി ജീവിതത്തിലൊരിക്കൽ ലഭിക്കുന്ന ആ ഏകാന്തനിമിഷങ്ങളെ ഓമനിക്കുന്നതിനായി പുറപ്പെട്ടതായിരുന്നു. ഡാം നിലനിൽക്കുന്നതിനടുത്തുള്ള പുൽമേട്ടിൽ ചെലവിട്ട സായാഹ്നത്തിൽ അപ്രതീക്ഷിതമായി പുറപ്പെട്ട മിന്നലാണ് വല്ലകിയെ കൊണ്ടുപോയത്. നിന്നനില്പിൽ വയലറ്റ് നിറത്തിൽ വല്ലകി മരിച്ചുവീണു. മരണത്തിന്റെ നിറം വയലറ്റാണെന്ന് അയാൾക്ക് മനസ്സിലായത് അന്നാണ്.

“സർ, ഇവിടെക്കിട്ടില്ലേലും വേറെ വല്ല ബ്രാന്റും വേണമെങ്കിൽ വാങ്ങിപ്പിക്കാം.”

നന്നേ മെലിഞ്ഞ് കറുത്ത ദേഹമുള്ള ചെറുപ്പക്കാരൻ. നേരത്തേ വന്നുപോയ അതേ വിളമ്പുകാരൻ. മദ്യശാലയിലെ വിളമ്പുകാരന് തയ്പ്പിച്ചുകൊടുത്തിരിക്കുന്ന പൊതുകുപ്പായത്തിന്റെ ഈണത്തോട് ചേരാത്ത ദേഹം. കട്ടിയില്ലാത്ത മേൽമീശ. പുറത്തേക്ക് ഒട്ടും തള്ളിയിട്ടില്ലാത്ത വയർ.

“ഇടയ്ക്കിടെ വന്ന് വല്ലതും വേണോ എന്ന് ചോദിക്കണ്ട. പറഞ്ഞ ഗ്രീൻ സാലഡ് കൊണ്ടുവന്നാൽ മതി.”

അയാൾ പോയി. ഗ്ലാസിന്റെ പാതിയോളമൊഴിച്ചുവച്ചിരുന്ന റമ്മെടുത്ത് ഒരു കവിൾ വായിലേക്കൊഴിച്ച് കുറച്ചുനേരം അതിനെ വായിൽ പ്പിടിച്ചു. എന്റെ വായയ്ക്കകം പൊള്ളാൻ തുടങ്ങി. എവിടെയൊക്കെയോ നീറുന്നതുപോലെ. ഞാൻ മെല്ലെ മദ്യം നുണഞ്ഞിറക്കി.

വല്ലകിക്ക് തീരെ ഇഷ്ടമായിരുന്നില്ല മദ്യപാനം. തമിഴ്നാട്ടിലെ അവളുടെ കുടുംബപാരമ്പര്യത്തിൽ മദ്യപാനമുണ്ടായിരുന്നില്ല. ‘പൊരുവളങ്കായും പത്രവടൈയും കദളിപ്പഴവും പട്ടുസാരിയും’എന്ന് അയാൾ കളിയാക്കാറുണ്ടായിരുന്നത് ഓർത്തു. പക്ഷേ എന്തൊരു അദ്ഭുതജീവിയാണ്

സ്ത്രീകൾ. ചെന്നുചേരുന്നിടത്താണ് അവർ വേരുകളാഴ്ത്തുന്നത്. അത് മനസ്സിലായത് ഒരിക്കൽ നല്ല ചുവപ്പൻതൊലിയുള്ള കപ്പയും വാങ്ങി വീട്ടിലെത്തിയപ്പോഴാണ്. മദിരാശിത്തമിഴിന്റെ മണം പോകാത്ത വായായിരുന്നു വല്ലകിക്ക്. അവൾ ചോദിച്ചു.

“ഇതെന്താണ്?”

“ഇതാണ് കപ്പ. മരച്ചീനി, പൂള, കൊള്ളി എന്നൊക്കെ ഈ നാട്ടിൽ പറയും.”

“അയ്യോ.”

“അതെന്താ അയ്യോ?”

“ഇതെന്താണ് വേണ്ടതെന്ന് എനിക്ക് മനസ്സിലാകുന്നില്ല.”

“അമ്മ നാളെ വരും.”

അവൾക്ക് അമ്മയെയും അമ്മയ്ക്ക് അവളെയും സ്നേഹമായിരുന്നു. വല്ലകിയുടെ മരണശേഷമാണ് അമ്മ പൂർണമായും ജ്യേഷ്ഠന്റെ കൂടെയായത്. ജോലി സംബന്ധമായ സ്വദേശ-വിദേശയാത്രകൾക്കൊടുവിൽ അയാൾ അമ്മയെ കാണാൻ ജ്യേഷ്ഠൻ പാർക്കുന്ന നഗരത്തിലെത്തിച്ചേരും. ഒന്നോരണ്ടോ ദിവസം അവിടെ താമസിക്കും. അപ്പോൾ കാലത്തുമുതൽ അമ്മ നാലാംനിലയിലെ ജനലരികിൽ കസേരയിട്ടിരിക്കും. കൈയിൽ പാറാവുകാരനെ വിളിക്കാനുള്ള ഫോണുമുണ്ടാവും. അമ്മയുടെ കാത്തിരിപ്പ് നാലുചക്രമുള്ള തട്ടുവണ്ടിയിൽ പച്ചക്കപ്പയുമായി ആൾ വരുന്നതോടെ അവസാനിക്കും. പതിനഞ്ച് നിമിഷത്തിനുള്ളിൽ പാറാവുകാരൻ കപ്പയുമായി വാതിൽമണിയടിച്ചിട്ടുണ്ടാവും.

കുട്ടിക്കാലത്ത് അമ്മയാണ് കപ്പ നടാൻ ഉത്സാഹിപ്പിച്ചിരുന്നത്. പള്ളിക്കൂടമില്ലാത്ത അവധി ദിവസങ്ങളിൽ അമ്മ പുറത്തെങ്ങും വിടാതെ പിടിച്ചുനിർത്തും. അച്ഛനും ജ്യേഷ്ഠനും നേരത്തേ കുന്നിലേക്ക് പോയിട്ടുണ്ടാവും. അവരെക്കൂടാതെ മൂന്നോ നാലോ പണിക്കാർ വേറേയുമുണ്ടാവും. വേനൽ മഴ കഴിഞ്ഞ് വെട്ടിച്ചുട്ട പറമ്പിൽ കൂനയെടുക്കുകയാണ് ആദ്യത്തെ പണി. കഴിഞ്ഞ വിളവെടുപ്പിനുശേഷം വീടിന്റെ പിന്നിലെ വൈക്കോൽക്കൂനയ്ക്കും തൊഴുത്തിനും പിറകിലായി വെട്ടിക്കെട്ടുകളാക്കിവച്ചിരിക്കുന്ന കപ്പത്തണ്ട് അച്ഛനും പണിക്കാരും വന്ന് തലച്ചുമടായി കുന്നിലേക്ക് ഏറ്റിപ്പോകും. പത്തുമണിയോടെ എല്ലാവർക്കുമുള്ള ഭക്ഷണം കുട്ടയിലാക്കി എളിയിൽവച്ച് മുന്നേപോകുന്ന പണിക്കാരിക്കൊപ്പം കൈയിൽ കട്ടൻകാപ്പി നിറച്ച വലിയൊരു സ്റ്റീൽപ്പാത്രവുമായി അമ്മയും കുന്നുകയറും. അപ്പോഴാണ് കുട്ടിയായ അയാളെയും വിളിക്കുന്നതും.

“പണിയെടുപ്പിക്കാൻ പ്രാപ്തി കിട്ടണമെങ്കിൽ ആദ്യം പണിയെടുത്ത് പഠിക്കണം.”

അതായിരുന്നു അമ്മയുടെ പ്രമാണം. അന്നൊക്കെ ഒരുപാട് പ്രതിഷേധം തോന്നിയിരുന്നെങ്കിലും ഇന്ന് അമ്മയോട് ആദരവ് കൂടുകയാണ്. രണ്ട് പടി ഇടവിട്ട് ഓടിക്കയറാനും കഠിനമായ ഏതു ജോലിചെയ്യാനും ഇന്നും മനസ്സിനും ശരീരത്തിനും സാധിക്കുന്നതും കുട്ടിക്കാലത്തെ പരിചയംകൊണ്ടുതന്നെ.

വെട്ടിച്ചെറുതാക്കിയ കപ്പത്തണ്ട് ഓരോ കൂനയിലും അല്പം ചരിച്ച് നാട്ടിവയ്ക്കുകയാണ് അയാളുടെയും അമ്മയുടേയും ജോലി. പ്രത്യേക തരത്തിൽ ചിത്രപ്പണികളുള്ളതാണ് കപ്പയില. അല്പം പാലുള്ള കപ്പത്തണ്ടിനുമുണ്ട് ചേതോഹരമായ ഒരു ഗന്ധം. ആ കപ്പത്തണ്ടുകൾ മുളച്ചുവരുമ്പോഴും അമ്മ കൂട്ടുവിളിക്കും. കള പറിക്കാനും ചാണകമോ ചാരമോ ഇടാനും. പിന്നെ മൂപ്പെത്തിയ കപ്പ പറിക്കാറാവുമ്പോഴും. ഉറച്ച മൺകൂനയിൽനിന്നും കപ്പക്കിഴങ്ങുകൾ വലിച്ചുവേർപെടുത്തിയെടുക്കുക അല്പം ക്ലേശം നിറഞ്ഞ പണിയായിരുന്നു. വൈകുന്നേരമാവുമ്പോഴേക്കും വാരിയസ്ഥികൾക്ക് വേദന വരും. എന്നാലും പറിച്ചുകൂട്ടിയ വലിയ കപ്പക്കൂന കാണുമ്പോൾ സന്തോഷമാണ്.

പിന്നെ ആ പറമ്പിൽത്തന്നെയിരുന്ന് അതെല്ലാം പുറംതോൽ ചീകി മിനുക്കി അരിഞ്ഞു വാട്ടിയെടുത്ത് ഉണക്കിയെടുക്കും. ഒരാണ്ട് ഭക്ഷിക്കാനുള്ള ഉണക്കക്കപ്പ വലിയ ചാക്കുകളിൽ നിറച്ച് അകമുറികളിൽ സംഭരിക്കും. ബാക്കി ഉണക്കക്കപ്പ വിൽക്കും. നല്ല കട്ടിത്തൈരൊഴിച്ച് ഉണക്കക്കപ്പയുടെ പുഴുക്ക് മഴക്കാലങ്ങളിൽ രുചിയോടെ തിന്നുമായിരുന്നത് അയാൾ വല്ലകിക്ക് പറഞ്ഞുകൊടുത്തു. അവൾക്ക് അപരിചിതമായ രുചികളായിരുന്നു അതെല്ലാം. കൂണും കടച്ചക്കയും കപ്പയും വയ്ക്കേണ്ടതെങ്ങനെ എന്നറിയാതെ അവൾ വിഷമിക്കുന്നതും കണ്ടിട്ടുണ്ട്. ചില വയ്പ്പുപണികൾ അറിയില്ല എന്നത് തന്നെ അറിയിക്കാനായിരുന്നു അവളുടെ വിഷമം.

ജ്യേഷ്ഠന്റെ വീട്ടിൽനിന്നെത്തിയ അമ്മ വല്ലകിക്ക് കപ്പപ്പുഴുക്ക് ഉണ്ടാക്കുന്നതെങ്ങനെയെന്ന് പഠിപ്പിച്ചുകൊടുത്തു. ക്രമേണ അമ്മയുടെ സംസാരത്തിൽ തമിഴ് കലരാൻ തുടങ്ങി.

“സർ?”

അയാൾ തലയുയർത്തി. മുന്നിൽ നേരത്തേ കണ്ട പരിചാരകൻ. മധുശാലയിൽ വന്നുപോകുന്നവരുടെ തിരക്കൊഴിഞ്ഞിട്ടില്ല. അവിടെ പതിവില്ലാതെ വന്ന അതിഥിയെ വന്നവരിലേറെപ്പേരും ശ്രദ്ധിക്കുന്നുണ്ടെന്ന് അയാളപ്പോഴാണ് മനസ്സിലാക്കിയത്.

പരിചാരകൻ അരിഞ്ഞടുക്കിയ പച്ചക്കറിപ്പാത്രം ഭവ്യമായി മുന്നിൽ വച്ചു. അയാളതിലേക്ക് നോക്കിയിരുന്നു. തലയിൽ ചുറ്റിക്കെട്ടിയ ഈറൻ തോർത്തുമായി വീടിന്റെ മാർബിൾ മുറ്റത്ത് വല്ലകി അരിപ്പൊടിക്കോലമെഴുതാറുണ്ടായിരുന്നത് അയാൾക്ക് ഓർമ വന്നു. അപ്പോൾ അകത്തുനിന്നും ഉച്ചത്തിൽ വിശ്വാമിത്രൻ ശ്രീരാമനോട് പറയുന്നുണ്ടാവും.

കൗസല്യാ സുപ്രജാ രാമ പൂർവ്വാസന്ധ്യാപ്രവർത്തതേ
ഉത്തിഷ്ഠനരശാർദ്ദൂലാ കർത്തവ്യം ദൈവമാഗ്നികം

അയാൾ നെടുവീർപ്പിട്ടു. ഇപ്പോൾ സ്വർഗ്ഗത്തിൽ വല്ലകി ചൂരലൂഞ്ഞാലിൽ ഇരുന്ന് പതിയെ ആടുന്നുണ്ടാവും. താനിവിടെ ഈ കോലാഹലങ്ങൾക്കും വൃത്തികേടുകൾക്കുമിടയിൽ ഇരുന്ന് മദ്യപിക്കുന്നത് അവൾ കാണുന്നുണ്ടാവും.

നാളികേരസ്വാദുള്ള കരീബിയൻ റം ആണ് ആദ്യമായി വല്ലകി നുണഞ്ഞത്. വല്ലാത്ത മടിയുണ്ടായിരുന്നു. ബംഗാരം കടൽത്തീരവിനോദ വിശ്രമകേന്ദ്രത്തിൽ വച്ചായിരുന്നു അത്. പക്ഷേ അതിന്റെ രുചിയും മണവും അവൾക്കിഷ്ടമായി.

"ഇതെന്താ തലയ്ക്കു പിടിക്കാത്തത്?"
"ഇതൊന്നും തലയ്ക്കടിക്കുന്ന മദ്യമല്ല."
"അപ്പോ ഈ ആളുകളൊക്കെ മദ്യപിച്ച് പുലഭ്യം പറയുന്നതോ?"
"അത് പാഴ്‌വെള്ളം മോന്തുന്നവരാണ്. . ഇതാണ് ശരിയായ മധു."

അപ്പോഴും പോകാതെ അവിടെ നിൽക്കുന്ന പരിചാരകനെ അയാൾ നോക്കി.

"സർ, ഒരു കാര്യം പറയാനുണ്ട്."

പരിചാരകൻ എന്തോ പറയാൻ മടിക്കുന്നത് അയാൾ കണ്ടു. അയാൾ അനിഷ്ടം പുറത്തെടുക്കാതെ നിർബന്ധിച്ചപ്പോൾ പരിചാരകൻ പറഞ്ഞു.

"ഞാനൊരാളെ ഇപ്പോ വിട്ടിരുന്നു. കപ്പ കിട്ടുമോന്നറിയാൻ. പക്ഷേ ഒരാഴ്ചയായി കപ്പ വരുന്നില്ലെന്നാ അവർ പറഞ്ഞത്. എന്നാലും വേണമെങ്കിൽ ഞാൻ കൊണ്ടുവന്നുതരാം. നാളെ. അതിനെനിക്ക് പൈസയൊന്നും വേണ്ട സർ."

അപ്പോൾ അയാൾ ആ മുഖത്തേക്ക് നോക്കി.

"കപ്പ തിന്നാനുള്ള കൊതിയെനിക്കു നന്നായറിയാം സർ. ഞാനൊരു മലമ്പ്രദേശത്തുകാരനാണ്. പക്ഷേ കൃഷിപ്പണികൊണ്ട് മക്കളെ പഠിപ്പിക്കാനാവില്ലെന്ന് വന്നപ്പോഴാണ് ബാറിലെ ജോലിക്ക് കയറിയത്. എങ്കിലും എന്റെ വീടിന്റെ ചുറ്റുപാടുമായി ഞാനിപ്പോഴും കപ്പ നടുന്നുണ്ട്."

"എന്താ നിന്റെ പേര്?"
"രമേശൻ."
"വീട്ടിലാരൊക്കെയുണ്ട്?"
"വീട്ടിൽ. . ഭാര്യ മരിച്ചുപോയി സർ. ഞാനും മൂന്നുമക്കളും മാത്രം."

അയാൾ രമേശനെ നോക്കി.

"സാറിനിഷ്ടമാണെങ്കിൽ നാളെ കപ്പയും മുളകിട്ട മീൻകറിയും കൊണ്ടുവരാം. അതല്ലാതെ ഈ സിറ്റിയിൽ കപ്പ കിട്ടില്ല സർ."

"എങ്ങനെയാ രമേശന്റെ ഭാര്യ മരിച്ചത്?"

"ആടിനെ അഴിച്ചുകൊണ്ടുവരാൻ അവൾ പാടത്തുപോയതാണ് സർ. അന്നെനിക്ക് കുറേ ദൂരെയായിരുന്നു ജോലി. മഴക്കാലമായിരുന്നില്ല. എന്നിട്ടും അവളെ കൊണ്ടുപോകാനായിട്ടെന്നപോലെ ഇടിയും മിന്നലും വന്നു. മിന്നലേറ്റാണ് അവൾ മരിച്ചത്."

നടുക്കം അകത്തൊളിപ്പിച്ച് അയാൾ രമേശനെ നോക്കി. എന്നിട്ട് ധൃതിയിൽ അല്പം കൂടി റം അകത്താക്കി. അത് എരിയുന്നു. അത് തലയിൽ മിന്നലുകളിടുന്നു. വിശ്വാമിത്രൻ ശ്രീരാമനോട് എന്താണ് പറയാൻ ശ്രമിക്കുന്നത്. അയാൾക്ക് ആ സന്ദർഭം ഓർത്തെടുക്കാനായില്ല.

"മക്കൾ...?"

രമേശൻ ഇരുളിലേക്ക് കൈചൂണ്ടി. വൈക്ലബ്യത്തോടെ പറഞ്ഞു.

"ഇവിടെയുണ്ട് സർ. വെക്കേഷനല്ലേ. ഇങ്ങോട്ടുവരുമ്പോ ഞാൻ കൂടെ കൊണ്ടുവരും."

അയാൾ കണ്ടു. ഇരുളിൽ മേശ തുടയ്ക്കുകയും കുപ്പി പെറുക്കുകയും ചെയ്യുന്ന മെലിഞ്ഞ ആൺകുട്ടി.

"എന്താ അവന്റെ പേര്?"

"ഋത്വിക്. അവനാണ് ഇപ്പോ ഷാപ്പിൽപ്പോയി കപ്പ കിട്ടുമോന്ന് നോക്കിയത്."

"മറ്റു മക്കളോ?"

"അവരൊക്കെ ചെറുതാണ് സർ. പെൺകുഞ്ഞുങ്ങളാണ്. ഇളയതിന് ആറുമാസമുള്ളപ്പോഴാണ് അവൾ..."

രമേശന്റെ തൊണ്ടയിടറുന്നത് അയാൾ കണ്ടു. അയാൾ നിശ്ശബ്ദനായി. അയാൾക്ക് വല്ലകിയെ ഓർമ വന്നു. ദൂരങ്ങളിൽ പോകുമ്പോൾ അനാഥക്കുട്ടികളെക്കണ്ടാൽ കീശക്കാശെടുത്ത് ഉദാരമായി നൽകുമായിരുന്നു അവൾ.

"നീ മദ്യപിക്കുമോ?"

"ഇല്ല സർ. പക്ഷേ മദ്യപിക്കുന്നവരുടെ ഇടയിൽ കഴിഞ്ഞുകഴിഞ്ഞ് മനുഷ്യരെപ്പറ്റി ഒരുപാട് പഠിക്കാൻ കഴിഞ്ഞു. അതുകൊണ്ടാണ് സർ ഇവിടെ വന്നപ്പോൾ മുതൽ ഞാൻ ശ്രദ്ധിച്ചതും കപ്പ അന്വേഷിച്ചു പുറത്തുപോയതും."

അയാൾ ചോദിച്ചു.

"നീയിനി കല്യാണം കഴിക്കുന്നില്ലേ.. മക്കളെ നോക്കണ്ടേ?"

"വേണ്ട സർ, അവൾക്ക് പകരമായി വരാൻ ആർക്കും കഴിയില്ല. മക്കളെ ഞാൻ ആവുംപോലെ നോക്കും സർ."

83

അയാൾ അതേ ഗൗരവത്തോടെ ചോദിച്ചു.
"എന്നാണ് സ്കൂൾ തുറക്കുന്നത്?"
"തിങ്കളാഴ്ച സർ."
"മക്കൾക്കെല്ലാം വേണ്ടത് വാങ്ങിയോ?"
"പുസ്തകവും യൂണിഫോമും സ്കൂളിൽനിന്നും കിട്ടും. സർക്കാർ പ്രവർത്തിക്കുന്നത് ഞങ്ങളെപ്പോലുള്ളവരുടെ മക്കളെ നല്ലപോലെ പഠിപ്പിക്കാനല്ലേ? പക്ഷേ..."
"ങും...?"
"വരാൻ പോകുന്നത് മഴക്കാലമാണ്. പേടിയാണ് സർ. ഇടിമിന്നലിനെ... മക്കളെ സ്കൂളിലയയ്ക്കാനും പുറത്തിറങ്ങിനടക്കാനും പേടിയാണ്. എനിക്കു വല്ലതും വന്നാൽ അവർ..."
അയാൾ രമേശനെ നോക്കി. പിന്നെ സാവകാശം പറഞ്ഞു.
"ഇങ്ങനെ പേടി പറയുന്നത് സ്വർഗ്ഗത്തിലിരുന്ന് നിന്റെ ഭാര്യ കാണുന്നുണ്ടാവും. ചൂരൽക്കസേരയിൽ ചാഞ്ഞിരുന്ന് ചെറുതായി ആടിക്കൊണ്ട്..."
ആ പറഞ്ഞത് രമേശന് മനസ്സിലായിക്കാണില്ലെന്ന് അയാൾക്കറിയാമായിരുന്നു. അയാളത് വിശദീകരിക്കാനും തുനിഞ്ഞില്ല. പകരം തുകൽ ബാഗ് തുറന്ന് ഒരു ചെക്കുബുക്കെടുത്തു. അതിൽ ഒരു സംഖ്യയെഴുതി ഒപ്പിട്ടിട്ട് രമേശന് നീട്ടി.
"എപ്പോഴേലും കാണുമ്പോൾ നിനക്ക് തരാൻ ഇതെന്റെ ഭാര്യ എന്നെ ഏല്പിച്ചതാണ്."
അയാൾ എഴുന്നേറ്റു. മദ്യപാനത്തിന്റെ പണംകൂടി അവിടെ വച്ചിട്ട് അയാൾ പറഞ്ഞു.
"ഋത്വികിനോട് എല്ലാ വെക്കേഷനിലും ജോലി ചെയ്യാൻ പറയണം. നാളെ മറ്റൊരാളെ ജോലി ചെയ്യിപ്പിക്കാൻ അവൻ പ്രാപ്തി നേടണമെങ്കിൽ ആദ്യം ജോലിയെടുത്തു പഠിക്കണം."
രമേശന്റെ തലയിലെ മനസ്സിലാകായ്കകളെ പൂരിപ്പിക്കാൻ മിനക്കെടാതെ അയാൾ പുറത്തേക്കിറങ്ങി. പുറത്ത് ബദാംമരച്ചുവട്ടിൽ കിടക്കുന്ന തന്റെ കാറിൻമേൽ മിന്നൽപോലെ മധുശാലയിലെ വെളിച്ചം പുളഞ്ഞിറങ്ങിക്കൊണ്ടിരിക്കുന്നത് അയാൾ കണ്ടു. പക്ഷേ അത് കാറിനെ നോവിക്കുന്നുണ്ടായിരുന്നില്ല. അയാൾക്ക് കപ്പ വേണമെന്നു മുണ്ടായിരുന്നില്ല. ∎

വൈഭവം

മുപ്പത്തിയെട്ടുവർഷക്കാലമായി, അതിൽത്തന്നെ ഉറപ്പിച്ചുപറയാവുന്ന മുപ്പതുവർഷമായി, ശരിതെറ്റുകളെക്കുറിച്ചുള്ള ബോധവിചാരത്തോടെയും ജാഗ്രതയോടെയും സന്തോഷത്തോടെ ജീവിച്ചുകൊണ്ടിരിക്കുന്ന എനിക്ക് സംഭവിച്ച ആദ്യത്തെ തെറ്റായിരുന്നു ഇന്നുച്ചയ്ക്ക് സംഭവിച്ചത്.

അത് ഒരു തെറ്റാണോ എന്നു ചോദിച്ചാൽ ശരിയെ കണ്ടെത്താനാവശ്യമായിവന്ന ഒരു പ്രവൃത്തിയാണ് കാണിച്ചതെന്ന് വേണമെങ്കിൽ എനിക്കാശ്വസിക്കാം. പക്ഷേ ആ ശരി കണ്ടെത്താൻ ഞാൻ പിന്തുടർന്ന വഴി വഞ്ചനയുടെ വൃത്തികെട്ട വദനം സമൂഹത്തിനു മുന്നിൽ എനിക്ക് സ്ഥിരപ്പെടുത്തിത്തന്നേക്കും എന്നത് വാസ്തവമാണ്. അങ്ങനെ മനസ്സിലാക്കിയ നിമിഷം മുതൽ അസ്വസ്ഥമാണ് എന്റെ മനസ്സ്. അസ്വസ്ഥമെന്നല്ല അതിനപ്പുറത്തുള്ള ഏതെങ്കിലും വാക്കാണ് ഉപയോഗിക്കേണ്ടത്.

അത്തരമൊരവസ്ഥയിലെത്തിപ്പെട്ടതിനുശേഷം ഇത്ര നേരമായിട്ടും പത്തുനിമിഷം തികച്ച് ശ്വാസം കഴിച്ച് ഞാൻ അടങ്ങിയിരുന്നിട്ടില്ല. ഇരുന്നാലോചിച്ച് ഒരിടത്തെത്തുമ്പോൾ പിടഞ്ഞെണീക്കും. നിന്നാലോചിച്ച് ഒരു വഴിക്കെത്തുമ്പോൾ കുതറിനടക്കും. മുന്നിലെ വാതിലിലോ ഭിത്തിയിലോ മുട്ടാറാവുമ്പോ അന്ധയെപ്പോലുള്ള നടത്തം ബോധോദയത്തോടെ അവസാനിപ്പിക്കും. എന്നിട്ട് മുന്നിലെ വസ്തുക്കളിലേക്ക് മനോരോഗിയെപ്പോലെ കൃഷ്ണമണി ചുഴറ്റി ഉഴറിനോക്കും. അപ്പോൾ കനലിന്റെ തികട്ടലേറ്റ് ഉള്ളിന്റെയുള്ളിലെ ഭയത്തിന്റെ ഇഷ്ടികകൾ വെന്തു പാകും. ആ നേരത്ത് അറിയാതെ ഒരു നോട്ടം ഭവാനിയുടെ മുറിയുടെ നേർക്കുചെല്ലും. അടുത്തനിമിഷം വേവുപിടിച്ച ഇഷ്ടികകളിൽ തല സ്പർശിച്ചപോലെ ഞെട്ടി ഞാൻ നോട്ടം മാറ്റും.

മകളുടെ വ്യക്തിസ്വാതന്ത്ര്യത്തിന്മേലും സ്വകാര്യതയിലും തീർത്തും അപ്രതീക്ഷിതമായി കടന്നു ചെല്ലേണ്ടിവന്ന ഇന്നുച്ചയ്ക്കുശേഷമുള്ള നിമിഷങ്ങളെപ്പറ്റിയാണ് ഞാനിതുവരെ വിവരിച്ചത്.

രാവിലെ പതിവുപോലെ അഞ്ചരയ്ക്ക് ഉണരുമ്പോൾ എന്റെ ഇടത്തേ നെറ്റിയുടെമേൽ കനം പിടിച്ച ഒരു വേദനയുണ്ടായിരുന്നു. കല്ലിച്ചുകിടക്കുന്ന തടിച്ച വര പോലെയായിരുന്നു ആ വേദനയുടെ സാന്നിദ്ധ്യം. കിടന്നുകൊണ്ടുതന്നെ ഞാൻ എന്നെപ്പറ്റിയാലോചിച്ചു.

85

തിയതി നോക്കിയപ്പോൾ പെൺചോരയുടെ രഹസ്യസാന്നിദ്ധ്യമാവാൻ ഇനിയും ഒൻപത് ദിവസം കൂടിയുണ്ട്. അത്രയേറെ കാലംതെറ്റി ഉള്ളിലെ വേദനച്ചോര പുറപ്പെടാൻ സാധ്യത തെല്ലുമില്ല. തലേന്നു വെയിലേറ്റു നടന്നിരുന്നു. നഗരവെയിൽ തലയോട്ടിയിലേല്പിച്ച കനമാവാം രേഖീയമായ വേദനയായി ഉറക്കത്തോടൊപ്പം മുളച്ചിട്ടുള്ളത്. കുളി കഴിഞ്ഞാൽ വേദന മാറാറുണ്ടല്ലോ എന്ന സമാധാനത്തോടെ വലതുവശം ചരിഞ്ഞ് ഞാൻ എഴുന്നേറ്റു.

വഹാബ് പതിവുപോലെ ഇടംകൈ മടക്കി സ്വന്തം നെറ്റിക്കുമേലെ വച്ചിട്ടുണ്ട്. എനിക്കു തല വയ്ക്കാൻ പാകത്തിനു നീട്ടിവയ്ക്കാറുള്ള വലംകൈ അതേപോലെയിരിപ്പുണ്ട്. അതിൽനിന്നുമാണ് ഞാൻ ശിരസ്സുയുയർത്തിയത്. തലവേദനയുടെ സാന്നിദ്ധ്യം പകരുന്ന ക്ഷമകേടോടെ മുടിയൊന്നാകെ വാരിക്കെട്ടിവച്ചു. ഒതുങ്ങാത്ത മുടിയിഴകൾ ചെവിപ്പുറകിലേക്ക് തിരുകി. പിന്നെ കാലുകൾ മെല്ലെ നിലത്തേക്കുവച്ച് അഞ്ചേകാലടിയോളം ഉയരത്തിൽ എഴുന്നേറ്റുനിന്നു. ഒന്നുകൂടി വഹാബിനെ നോക്കിയിട്ട് വായമർത്തി ഞെരിച്ച കോട്ടുവായോടുകൂടി കതക് ചാരി പുറത്തേക്കുവന്നു.

മുഖം കഴുകിത്തുടച്ചശേഷം ഉമ്മറത്തുപോയി പത്രവും ആഴ്ചപ്പതിപ്പുകളും എടുത്ത് സ്വീകരണമുറിയിൽ വച്ചിട്ട് പാലുമായി അടുക്കളയിലേക്ക് പോകുമ്പോൾ സാധാരണ ചെയ്യുന്നതുപോലെ ഭവാനിയുടെ മുറിയെ ശ്രദ്ധിച്ചു. അകത്ത് പങ്ക കറങ്ങുന്നതിന്റെ ഒച്ച കേൾക്കാം. അവൾ മുറി അകത്തുനിന്നും അടച്ചിട്ടാണ് ഉറങ്ങാറ്.

ഏഴുമണിക്കുതന്നെ വഹാബിനെ വിളിക്കാൻ ഞങ്ങളുടെ പാർട്ടിക്കാരെത്തി. ലോക്സഭാ തെരഞ്ഞെടുപ്പ് അടുത്തതിന്റെ തിരക്കുകളിലായിരുന്നു അവരെല്ലാവരും. കാലത്തുതന്നെ ഞാൻ സൂചിപ്പിരുന്നു.

“എന്താന്നറിയില്ല. ശരിയല്ലാത്ത ഒരു തലവേദന തോന്നണുണ്ട്. ചിലപ്പോൾ ഞാനിന്ന് പോകില്ല.”

തിരക്കിട്ട് പത്രം വായിച്ചുകൊണ്ട് പ്രാതൽ കഴിക്കുകയായിരുന്ന വഹാബ് വായന നിർത്തി എന്നെ നോക്കി. പിന്നെ പത്രം താഴ്ത്തിവച്ച് എന്നോടു മുഖം കുനിക്കാൻ ആംഗ്യം കാണിച്ച് നെറ്റി പിടിച്ചുനോക്കി. അദ്ദേഹം പിടിച്ചിടത്തുതന്നെയായിരുന്നു ആ നോവുവര. ഞാൻ നെറ്റി ചുളിച്ചുപോയി.

“ഇന്നുപോണ്ട. മരുന്ന് കഴിച്ച് കിടക്ക്.”

ഞാൻ തലയാട്ടി. വഹാബ് പത്രവും ഭക്ഷണവും വേഗത്തിൽ കഴിക്കുന്നത് നോക്കിയിരുന്നു.

അവരെല്ലാവരും പോയിക്കഴിഞ്ഞ് വെറുതെ കിടക്കയിൽ ചെന്നു കിടന്നു. ഒരു കാരണവുമില്ലാതെ വരുന്ന ഏതു വേദനയും സാന്നിദ്ധ്യമൊഴിയുംവരെ അസ്വസ്ഥത മാത്രമേ പകരം തരൂ. ഇത്രനേരമായിട്ടും ഭവാനി എഴുന്നേൽക്കാത്തതെന്താണെന്ന് ആലോചിച്ചതും അപ്പോഴാണ്.

നേരിയൊരു ദേഷ്യത്തോടെയാണ് അവളെഴുന്നേൽക്കാൻ വൈകുന്നതിനെ പ്പറ്റി ചിന്തിച്ചതെന്നത് നേരാണ്. അതാകട്ടെ തലവേദനയുടെ വൃത്തികെട്ട സാന്നിദ്ധ്യം കാരണവും. എങ്കിലും ദേഷ്യം തോന്നിയതിൽ ഖേദിക്കാനില്ലെന്നുതന്നെ മനസ്സ് പറഞ്ഞു. അവൾക്ക് വയസ്സ് പത്തൊമ്പതായി. അവളുടെ ഈ പ്രായത്തിൽ ഞാൻ സന്തോഷത്തോടെ പ്രസവിച്ചു കിടക്കുകയാണ്. ആ കുഞ്ഞാണ് ഞങ്ങളുടെ ഭവാനി. ഞാൻ വേഗം തല ചരിച്ചു കതകിനുനേരെ നോക്കി. പെട്ടെന്ന് എന്നിലെ ദേഷ്യം ഇരട്ടിച്ചു. അവളെന്താണ് എനിക്ക് തലവേദനയാണെന്ന് അറിയാത്തത്?

ഞാനെഴുന്നേറ്റ് അവളുടെ മുറിക്കുമുന്നിലേക്കുനടന്നു.

"അമിനൂ... അമിനൂ!"

പലവട്ടം വിളിച്ചിട്ടാണ് അവൾ അകത്തുനിന്നും വിളി കേട്ടതുതന്നെ. കതക് തുറന്നതാകട്ടെ ഉറക്കച്ചടവില്ലാത്ത മുഖത്തോടെയും. അതുകണ്ടപ്പോഴും എനിക്ക് ദേഷ്യമിരട്ടിച്ചു. ഉറങ്ങുകയല്ലെങ്കിൽ പിന്നെന്തിനാണ് കതക് തുറക്കാനും പുറത്തേക്കുവരാനും വൈകുന്നത്?

"എന്താ അമ്മാ?"

"എന്താണെന്നോ... എന്തെടുക്കുകയാ നീയിതുവരെ?"

"ഞാൻ... പഠിക്കുവായിരുന്നു."

"കാലത്തെണീറ്റാൽ നിനക്കാ കതക് തുറന്നിട്ടൂടെ?"

"ഞാനെന്തിനാ കതക് തുറന്നിടുന്നത്? എന്തേലും ആവശ്യമുണ്ടേൽ അമ്മയ്ക്ക് വന്നു വിളിച്ചാപ്പോരെ? അല്ല, അമ്മ ഇന്നു പോണില്ലേ?"

"ഓ.. അതെങ്കിലും നീ ചോദിച്ചല്ലോ..."

"ഈ അമ്മയ്ക്കെന്താ പറ്റിയേ?"

ഭവാനി അടുത്തേക്കു വന്നപ്പോൾ ഞാൻ പിന്നോട്ടുമാറി. എന്നിട്ട് ഞാൻ തന്നെ ആലോചിച്ചു. എനിക്കെന്താണ് സംഭവിക്കുന്നത്? ഞാനെന്തിനാണ് അവളോട് തർക്കിക്കുന്നത്? അവളുടെ പതിവുകൾ തന്നെയാണല്ലോ ഇതെല്ലാം. എനിക്ക് ലജ്ജ തോന്നാതിരുന്നില്ല. കുളിമുറിയുള്ള കിടപ്പുമുറിയാണ് ഭവാനിയുടേത്. കാലത്തെണീറ്റാൽ ചായയോ കാപ്പിയോ ശീലമില്ല. വെറും വെള്ളമാണ് ഇഷ്ടം. അത് തലേന്നുതന്നെ അവളെടുത്ത് മുറിയിൽ വച്ചിട്ടുണ്ടാകും. എട്ടരയ്ക്കുശേഷം അവൾ പുറത്തേക്കു വരുന്നത് കോളജിൽ പോകുന്നതിനുള്ള ഒരുക്കം കഴിഞ്ഞിട്ടുമായിരിക്കും.

ജോലിസ്ഥലത്തേക്കു പോകുന്ന കരീം റാവുത്തർ എന്ന ഞങ്ങളുടെ കുടുംബസ്നേഹിതൻ അദ്ദേഹത്തിന്റെ മകളേയും കൂട്ടി ഒമ്പതരയ്ക്ക് പുറത്തെ മതിൽവാതിലിനരികിൽ വന്നു കാർ നിർത്തിയിട്ട് ചെറുകാഹളം മുഴക്കും. ആ കാറിലാണ് ഭവാനി എന്നും കോളജിൽ പോകുന്നത്. റാവുത്തരുടെ മകളും ഭവാനിയും ഒരേ ക്ലാസിലാണ്.

അകാരണമായി ഭവാനിയെ ശാസിച്ചതിന്റെ നേരിയ വിഷമത്തിൽ കൂടുതൽ മിണ്ടാൻ നിൽക്കാതെ ഞാൻ പോയി സ്വീകരണമുറിയിലെ

സോഫയിലിരുന്നു. കുറച്ചുകഴിഞ്ഞപ്പോഴേക്കും ഒരുങ്ങിയിറങ്ങി ഭവാനിയും വന്നു. എതിർവശത്തെ സോഫയിലിരുന്ന് തടിച്ച ഇംഗ്ലീഷ് നോവൽ വായിച്ചുകൊണ്ട് അവൾ ദോശ കഴിക്കുന്നത് ഞാൻ നോക്കിയിരുന്നു. അതൊക്കെ അവളുടെ പതിവുകളാണ്. ഭക്ഷണവും വായനയും നാല്പത് നിമിഷത്തോളം നീളും. അതിനിടയിൽ എന്തു ചോദിച്ചാലും മിണ്ടുകയുമില്ല. പതിനെട്ടുവയസ്സിൽ എനിക്കുണ്ടായിരുന്ന ശരീരമല്ല ഭവാനിയുടേതെന്ന് പൊടുന്നനെ തോന്നി. മെലിഞ്ഞിട്ടാണെങ്കിലും ഉറച്ച ശരീരമായിരുന്നു എന്റേത്. ഇവളുടേത് സ്വർണനിറമുള്ള ബലമില്ലാത്ത ദേഹമാണ്. എങ്കിലും അന്നത്തെ എന്നെക്കാളും അഴകുണ്ട്.

പെട്ടെന്ന് പുസ്തകത്തിൽനിന്നും മുഖമുയർത്തി ഭവാനി ചോദിച്ചു.

“അച്ഛൻ വരുന്നതുവരെ കാക്കുന്നതെന്തിനാ, രാത്രി നേരത്തേ കിടന്നൂടെ, അതല്ലേ ഈ തലവേദന?”

അവളെ വെറുതെ നോക്കിയതേയുള്ളൂ. അതിന് ഞാൻ മറുപടി പറഞ്ഞില്ല. എന്തോ ഒരുതരം വെറുപ്പ് എനിക്ക് ഭൂമിയോടുതന്നെ തോന്നുന്നുണ്ടായിരുന്നു.

ഭവാനി പോയതിനുശേഷം മിച്ചമിരുന്ന ചായ എടുത്തു കുടിച്ചിട്ട് പത്തരമണിയോടെ ഞാൻ തീർത്തും കിടപ്പായി. തലവേദന സഹിക്കാൻ വയ്യായിരുന്നു. രണ്ടരമണിക്കൂർ ആ മയക്കം നീണ്ടുനിന്നു. അപ്രതീക്ഷിതമായി പകലുറങ്ങിപ്പോയതിന്റെ ഞെട്ടലോടെ ഉച്ചയോടെയാണ് ഞാനുണർന്നത്. നടുവെയിലിന്റെ തീക്ഷ്ണത ജനൽവിരികളെ തുളച്ച് മുറിയിലേക്ക് കയറിവന്നിട്ടുണ്ടായിരുന്നു. ആ വേദനയുടെ വര അപ്പോഴും നെറ്റിയിലുണ്ട്. മലർന്നു കിടന്നുകൊണ്ട് ഞാനാലോചിച്ചു. എന്തിനാണ് ഇപ്പോഴൊരു തലവേദന?

അന്നേരമെനിക്ക് മനുഷ്യജീവിതത്തെ സംബന്ധിച്ച വലിയൊരു സത്യത്തിന്റെ താക്കോൽ കിട്ടി. ഈ പ്രപഞ്ചത്തിലെ കോടാനുകോടി നക്ഷത്രങ്ങൾക്കും ഗ്രഹങ്ങൾക്കുമിടയിൽ ഒന്നിൽ മാത്രമേ മനുഷ്യവർഗ്ഗം ഉള്ളൂ. അത് ഭൂമിയിലാണ്. ഈ ജീവിവർഗ്ഗത്തിന്റെ കോടിക്കണക്കിനു വർഷങ്ങളായിട്ടുള്ള സാമൂഹ്യജീവിതത്തെപ്പറ്റി നമ്മൾ സാധാരണഗതിയിൽ ഓർക്കാറുപോലുമില്ല. മനുഷ്യൻ മനുഷ്യനെപ്പറ്റി, കുടുംബപരമായതും സമുദായപരമായതും അല്ലാതെ, സാമ്പത്തികമായതും ജോലിസംബന്ധമായതുമല്ലാതെ, നരന്റെ വംശദുരൂഹതകളെപ്പറ്റി വല്ലതും ആലോചിക്കാറുണ്ടോ?

ആ നിമിഷം, അതെ, ആ തുലഞ്ഞ നിമിഷമാണ്, പത്തൊമ്പതു വർഷത്തിനിടയിൽ ആദ്യമായി ഭവാനിയുടെ മുറി പരിശോധിക്കണമെന്ന് എനിക്ക് തോന്നിയത്. മകളുടെ രഹസ്യജീവിതത്തെ പിന്തുടരാനുള്ള കൊതിയാണോ വെറും ഉത്കണ്ഠയാണോ സ്ത്രീസഹജമായ ജിജ്ഞാസയാണോ അതെന്നറിയില്ല. ഞാൻ എഴുന്നേറ്റ് മകളുടെ മുറിയിലേക്കു നടക്കുകതന്നെ ചെയ്തു. ആ നിമിഷം മുതൽ നെറ്റിയിലെ രേഖയുടെ കല്ലിപ്പ് അയയാൻ തുടങ്ങുന്നതും അദ്ഭുതത്തോടെ ഞാനറിഞ്ഞു.

അവളുടെ മുറി തുറന്ന നിമിഷം ഞാനൊരു കള്ളിയാണെന്ന തോന്നൽ എന്നിലുണ്ടായി. എന്തിനാണ് ഞാനീ അറയിലേക്കു കയറിയതെന്ന് ഒരു നിമിഷം ഞാനാലോചിച്ചു. അവളുടെ അമ്മയാണ് ഞാൻ, എനിക്കതിനുള്ള സ്വാതന്ത്ര്യമുണ്ടെന്ന തോന്നലാണ് ആദ്യം വന്നത്. എന്നാലും മര്യാദ അതാണോ എന്ന തുടർചോദ്യം എന്നെത്തന്നെ കുഴക്കി. പക്ഷേ എനിക്കെന്നെ തടുക്കാനായില്ല. കുറയുന്ന തലവേദനയുടെ തോത് മറ്റൊരു പ്രലോഭനവുമായി. ഞാൻ അകത്തേക്കു കയറുക തന്നെ ചെയ്തു.

ആ മുറി ആദ്യമായി കാണുന്ന ഒരാളെപ്പോലെ ഞാൻ നോക്കി. അലക്കാനുള്ള വസ്ത്രങ്ങൾ ഇടുന്ന കുട്ടയിൽ അലക്ഷ്യമായി ഊരിയിട്ട മൂത്രക്കറ പിടിച്ച അടിവസ്ത്രങ്ങൾ. മേശമേൽ എപ്പോഴോ ഉപയോഗിച്ചതോ അതോ ഇപ്പോൾ ഉപയോഗിക്കുന്നതോ എന്നറിയില്ലാത്ത ആർത്തവക്കച്ചയുടെ നീലയും മഞ്ഞയും കലർന്ന വർണ്ണക്കൂടുകൾ. വലിച്ചുവിതറിയിട്ട ഇംഗ്ലീഷ് സാഹിത്യപുസ്തകങ്ങൾ. പാതി തുറന്നു കിടക്കുന്ന അലമാരയിൽ കുത്തിനിറച്ച ഇസ്തിരിയിടാത്ത വസ്ത്രങ്ങൾ. വേർപെട്ടുകിടക്കുന്ന പേനകൾ. ഒരു മനുഷ്യൻ കിടന്നുറങ്ങുന്നതാണെന്ന് തോന്നിപ്പിക്കാത്ത കിടക്ക. ഭിത്തിക്കരികെ വച്ചിട്ടുള്ള നനഞ്ഞ തുണി വിരിക്കുന്ന സ്റ്റീൽ തട്ടിയിൽ മലർത്തിയിട്ട കഴിഞ്ഞ മഴക്കാലത്തെ കോട്ട്. അവളുടെ മുറിയിൽ ഞാൻ പതിവായി വരികയും അവളോട് സംസാരിച്ച് ഇരിക്കുകയും ചെയ്യുന്നതാണെങ്കിലും ആ മുറി അങ്ങനെ ശ്രദ്ധിക്കുന്നത് അന്നാണെന്ന് എനിക്കു തോന്നിപ്പോയി. ഞാൻ അവളുടെ കിടക്കയുടെ ഓരത്തിരുന്നു.

വഹാബിന്റെ ഭാര്യ മാത്രമായിരുന്നോ ഞാൻ?

ഭവാനിയുടെ അമ്മയായി ജീവിച്ചിട്ടേയില്ലേ?

ആ നിമിഷത്തിൽ എന്നിലുണ്ടായ ചിന്തകൾ മുഴുവനും അവളുടെ കമ്പ്യൂട്ടറിലേക്ക് സകല ശ്രദ്ധയും സമർപ്പിക്കാൻ എന്നെ നിർബന്ധിതയാക്കി. സിസ്റ്റത്തിൽ കണ്ട ചിലതൊക്കെ ചിരിക്കാനും ചിലതൊക്കെ അവളെപ്പറ്റി ബഹുമാനം തോന്നാനും ഇടയാക്കി എന്നത് നേരാണ്. എന്നിട്ടും അന്വേഷണം അവസാനിപ്പിക്കാൻ ഞാൻ തയ്യാറായില്ല. പ്രാകൃതവും വന്യവുമായ ആകാംക്ഷയോടെ തിരഞ്ഞുകൊണ്ടേയിരുന്നു.

അല്പപസമയത്തിനുള്ളിൽ എന്റെ തലവേദന പൂർണമായും അപ്രത്യക്ഷമായി. ഒരു വീഡിയോച്ചിത്രം കണ്ടതോടെയാണ് തലക്കൂടിനുള്ളിൽനിന്നും ശിരോവേദന ഇല്ലാതായത്. എന്തുകൊണ്ടെന്നാൽ അബോധമനസ്സിനെയും ബോധമനസ്സിനേയും തൃപ്തിപ്പെടുത്തുന്ന വിധം എന്റെ അന്വേഷണത്തെ അവസാനിപ്പിക്കാൻ വളരെവേഗം ആ വീഡിയോച്ചിത്രത്തിനു കഴിഞ്ഞിരുന്നു.

'ഗണിതജോലികൾ' എന്നെഴുതിയ ഒരു ചുരുളിനുള്ളിലായിരുന്നു അതൊളിപ്പിച്ചിരുന്നത്. ഒറ്റയ്ക്കായിരുന്നിട്ടും വീഡിയോ ചലിപ്പിച്ച നിമിഷം, അതിലേക്കു നോക്കിയ നിമിഷം ഞാൻ വിയർക്കാൻ തുടങ്ങി. കാരണം ഞാനിരിക്കുന്ന അവളുടെ മുറിയായിരുന്നു ആ വീഡിയോ

ദൃശ്യത്തിൽ. ഒരേസ്ഥലം തന്നെ രണ്ടായി എനിക്കു മുന്നിൽ പ്രത്യക്ഷ പ്പെട്ടു. ഒന്ന് നിശ്ചലവും മറ്റൊന്ന് ചലനാത്മകവും. ചലനാത്മകമായ ദൃശ്യത്തിലെ മുറിയിൽ അവളുമുണ്ട്.

വഹാബും ഞാനും 'അമിനു' എന്നു വിളിക്കുന്ന ഭവാനി.

ഇളകിക്കളിക്കുന്ന കാമറാദൃശ്യം കമ്പ്യൂട്ടറിന്റെ മുഖപ്രതലത്തിൽ ഉറച്ചു. സെൽഫോൺ കാമറയെ അവളെവിടെയോ ഉറപ്പിച്ചുവച്ചതു കൊണ്ടാണ് ദൃശ്യം അനക്കമറ്റതായതെന്ന് എനിക്കു മനസ്സിലായി. അല്പസമയം കഴിഞ്ഞതോടെ കാമറയുടെ മുന്നിലേക്ക് കുസൃതിച്ചിരി യോടെ വരുന്നത് ഭവാനി തന്നെയാണ്. പക്ഷേ കാമറയ്ക്കുമുന്നിൽ നിൽ ക്കാൻ ആവശ്യമായ സഭ്യമായ വേഷമല്ല അവളണിഞ്ഞിരിക്കുന്നത്. ഞങ്ങളുടെ മുന്നിൽപ്പോലും ഇട്ടുവരാറില്ലാത്ത തീരെ ഇറക്കം കുറ ഞ്ഞതും അയഞ്ഞതും കൈയില്ലാത്തതുമായ ഒരു കുഞ്ഞുടുപ്പാണത്.

എന്താണ് ഇവൾ കാണിക്കാൻ പോകുന്നതെന്ന അമ്മമനസ്സോടെ കമ്പ്യൂട്ടറിലേക്ക് ഞാൻ ഉറ്റുനോക്കി.

ചുണ്ടിലെ ഇളംചിരിയോടെ കാമറയ്ക്കുമുന്നിൽ നിൽക്കുന്ന ഭവാനി ലേശം സങ്കോചത്തോടെയെങ്കിലും സ്വയമൊരു നൃത്തത്തിന്റെ ചുവടു കളിലേക്ക് പ്രവേശിക്കുകയാണെങ്കിൽ, വികലമായി ഏതെങ്കിലും ഹാസ്യാനുകരണം തുടങ്ങുകയാണെങ്കിൽപ്പോലും എനിക്ക് സമാധാനി ക്കാൻ കഴിയും. അത് ഉൾക്കൊള്ളാനും കഴിയും. പക്ഷേ ഇന്നുവരെ ഒരു കലാരൂപംപോലും അവതരിപ്പിച്ചിട്ടില്ലാത്തവളാണ് ഭവാനി. അവളാകെ ചെയ്യുന്നതായി കണ്ടിട്ടുള്ളത് ചീട്ടു കളിക്കുന്നതാണ്. എന്റെ ചെറിയ അമ്മാവനും വഹാബിന്റെ അനിയനും അവളുടെ ചില സുഹൃത്തുക്കളു മൊക്കെ ചീട്ടുകളിയിൽ അവളുടെ തുണക്കാരാണ്. വാസ്തവത്തിൽ എനിക്കോ വഹാബിനോ ചീട്ടുകളിയോട് യോജിപ്പുണ്ടായിരുന്നില്ല. ഇപ്പോൾ കാമറയ്ക്കു മുന്നിൽനിന്നും ചീട്ടുകൊണ്ടുള്ള എന്തെങ്കിലും വിദ്യയുമായിരിക്കുമോ ഇവൾ ചെയ്യാൻ പോകുന്നതെന്ന് ഞാൻ ആലോ ചിച്ചനിമിഷം അവൾ കീഴറ്റത്തുപിടിച്ച് തലയിലൂടെ മേലുടുപ്പ് ഊരി യെടുത്തു.

മുറ്റത്തും അടുക്കളയിലുമായി എന്നെയും ഒപ്പം നിർത്തി 'സെൽഫി' യായി മൊബൈൽകാമറയിൽ പടങ്ങളെടുക്കാറുള്ള ഭവാനിയെയാണ് ഓർമ വന്നത്. ഇത് അതുപോലെയുമല്ല. അവൾ തനിയെ തന്നെത്തന്നെ പകർത്തുകയാണ്. എന്തിനുവേണ്ടി...?

വീഡിയോയിൽ തുറിച്ചുനോക്കിയിരിക്കേ തീരെ പ്രതീക്ഷിച്ചിരി ക്കാതെ അതും സംഭവിച്ചു. ഭവാനി രണ്ട് അടിയുടുപ്പുകളും കൂടി കാമറ യ്ക്കുമുന്നിൽ മടിയില്ലാതെ അഴിച്ചുമാറ്റി. അപ്പോൾ അവളുടെ മുഖത്ത് ഏറ്റവും പ്രിയപ്പെട്ട ഒരാളുടെ മുന്നിൽ നിൽക്കുമ്പോളെന്നപോലെ നനുത്ത മന്ദഹാസവും കുറേയധികം ആത്മവിശ്വാസവും ലേശം ലജ്ജയുമുണ്ടാ യിരുന്നു. അതാണെന്നെ വല്ലാതെ തളർത്തിയതും ഞെട്ടിപ്പിച്ചതും.

എന്റെ മുന്നിൽ നിന്നുകൊണ്ട് ചെയ്യുകയാണെങ്കിൽ എന്നപോലെ സുതാര്യവും വ്യക്തവുമായിരുന്നു ആ ദൃശ്യങ്ങൾ. അതെന്റെ മകളല്ല എനിക്കപരിചിതയായ ഏതോ യുവതിയാണെന്ന് എനിക്ക് തോന്നിപ്പോയി. മാത്രവുമല്ല സ്വവർഗ്ഗനഗ്നത കാണേണ്ടിവരുമ്പോൾ നമ്മിലുണ്ടാകാറുള്ള അതേ വികാരം, തിരിഞ്ഞുനിൽക്കാനുള്ള പ്രവണത എന്നിലുണ്ടാകുകയും ചെയ്തു.

ഞാൻ കസേരയിൽ പകച്ചിരുന്നു. അപ്പോഴേക്കും തലവേദന മുഴുവനായും മാറിക്കഴിഞ്ഞിരുന്നു. എന്റെ ഉടലും കഴുത്തും വിയർത്തു നനയുന്നുണ്ട്.

പുറത്തുവന്ന് സ്വീകരണമുറിയിലെ സോഫയിൽ ഞാനിരുന്നു. പിന്നെ നടന്നു. പിന്നെ കിടന്നു. വീണ്ടും ഇരുന്നു. വീണ്ടും നടന്നു. വീണ്ടും നിന്നു. അപ്പോഴെല്ലാം ആലോചനകൾ കൂട്ടിനുണ്ടായിരുന്നു. നേരം മദ്ധ്യാഹ്നം പിന്നിടുകയാണ്.

അല്പസമയംകൂടി കഴിഞ്ഞാൽ ഭവാനിയും ചിലപ്പോൾ ഭവാനിയുടെ ഏതെങ്കിലും ആൺ-പെൺ സുഹൃത്തുക്കളും പിന്നാലെ വഹാബും അദ്ദേഹത്തിന്റെ പാർട്ടിക്കാരും ഈ വീട്ടിലേക്ക് കയറിവരും. അതിനുമുമ്പ് ചില തീരുമാനങ്ങളിലേക്ക് എനിക്കെത്തേണം. അതിലാദ്യത്തേത് ഇത് വഹാബിനോട് പറയാൻ പറ്റുമോ എന്നുള്ളതാണ്. പറഞ്ഞാൽ അദ്ദേഹത്തിന് അദ്ദേഹത്തിന്റെ അമിനുവിനെ എന്നേക്കുമായി നഷ്ടപ്പെട്ടേക്കുമെന്ന് ഞാൻ സംശയിച്ചു. കാരണം വഹാബിന് അവളെ ജീവന്റെ ജീവനാണ്. ഈ തെരഞ്ഞെടുപ്പിന്റെ തിരക്കുകൾ ഇല്ലായിരുന്നെങ്കിൽ വൈകുന്നേരം മുതൽ രാത്രി കിടക്കുന്നതുവരെ അവളുടെ പിന്നാലെ നടക്കുന്നതാണ് വഹാബിന്റെ ഇഷ്ടം. അങ്ങനെയുള്ള വഹാബിനോട് ഇക്കാര്യം പറഞ്ഞാൽ അതോടെ ആ ഇഷ്ടം മനസ്സിൽ നിന്നും പോയേക്കാം. പക്ഷേ പറയാതിരുന്നാൽ...?

ആ നിമിഷം ഞാൻ വിരണ്ടുപോയി. തെരഞ്ഞെടുപ്പിന്റെ തിരക്കു വരുന്നതിനുമുമ്പ്, അതായത് കഴിഞ്ഞ രണ്ടാഴ്ച മുമ്പുവരെ വഹാബ് ഈ വീട്ടിൽ ഉച്ചവരെ ഉണ്ടായിട്ടുണ്ട്. എപ്പോഴെങ്കിലും ഇന്നെനിക്കു തോന്നിയപോലെ ഒരു തോന്നലുണ്ടായി വഹാബും ഈ വീഡിയോ കണ്ടിട്ടുണ്ടെങ്കിൽ. അച്ഛനാണെങ്കിലും ഒരു പുരുഷനെന്നനിലയിൽ ഏതു നിലയിലാവാം അത് വഹാബിനെ എത്തിച്ചിട്ടുണ്ടാവുക? അതുകൊണ്ടായിരിക്കുമോ തെരഞ്ഞെടുപ്പ് തിരക്കിന്റെ പേരുംപറഞ്ഞ് പഴയതുപോലെ വഹാബ് അവളോട് അധികം കൂട്ടിനു ചെല്ലാത്തത്? രണ്ടുദിവസംമുമ്പ് എന്തിനോ ദേഷ്യപ്പെടുന്നതുപോലും കേട്ടിട്ടുള്ളതാണ്. അതൊന്നും അവർക്കിടയിൽ പതിവുള്ളതല്ല.

എനിക്കൊന്നിനും ഉത്തരം കിട്ടിയില്ല. ഉത്തരമില്ലാതെ വന്നപ്പോൾ പുതിയ പുതിയ സാഹചര്യങ്ങളിലെ കേൾവികളിലേക്കും അറിവുകളിലേക്കും ഞാനെന്റെ ചിന്തകളെ മാറ്റാൻ ആരംഭിച്ചു. അത് എന്റെ മനോ

നിലയെ പൂർണമായും ആക്രമിച്ചു. എനിക്ക് സർവ്വനിയന്ത്രണവും പോകുന്നതായി തോന്നി.

അവളുടെ ചീട്ടുകളി സംഘത്തെപ്പറ്റി ഞാൻ ആലോചിച്ചു. എന്നേക്കാൾ പതിമൂന്ന് വയസ്സിനുമൂത്ത എന്റെ കുഞ്ഞമ്മാവൻ മുതൽ അവളുടെ എളാപ്പ വരെയുള്ള കളിച്ചങ്ങാത്തങ്ങൾ... ആരാണ് അവളെ പ്രലോഭിച്ചത്? അതുമല്ലെങ്കിൽ ഫേസ്ബുക്കിൽനിന്നോ മിസ്കാളിൽ നിന്നോ ലഭിച്ച ഞങ്ങളോടും വെളിപ്പെടുത്താത്ത ഏതെങ്കിലും നിഗൂഢബന്ധം...? റാവുത്തരുടെ മകൾ ക്ലാസ് മുടക്കുന്ന ദിവസങ്ങളിലും ഭവാനിയെ കോളജിൽ കൊണ്ടുപോകുന്നത് കാഴ്ചയ്ക്ക് സുന്ദരനും രസികനുമായ റാവുത്തരാണ്. അങ്ങനെയെങ്കിൽ അവർ തമ്മിലുണ്ടായ വഴിവിട്ട അടുപ്പത്തിൽനിന്ന് അയാളുടെ ആവശ്യപ്രകാരമായിരിക്കുമോ ഈ വീഡിയോ ചിത്രീകരണം?

ഞാനിതെങ്ങനെയാണ് അവളോട് ചോദിക്കേണ്ടത്... ചോദിച്ചാൽ അവളുടെ സ്വാകാര്യതയിലേക്ക് കടന്നുകയറിയതിന് തീർച്ചയായും ഉത്തരം പറയേണ്ടിവരും. അവൾ ചെയ്ത പ്രവൃത്തിക്ക് ന്യായമായതും മതിയായതുമായ ഒരു കാരണം അവൾക്കെന്നോട് ബോധിപ്പിക്കാനുണ്ടെങ്കിൽ അതേപോലൊരു കാരണം തിരിച്ചു പറയാനില്ലാതെ എനിക്ക് പതറേണ്ടിവരും.

സ്വന്തം നിലയ്ക്കല്ല ഭവാനി ഇത് ചിത്രീകരിച്ചിരിക്കുന്നതെന്ന് ഏറെക്കുറെ ഊഹിക്കാം. ചിത്രീകരിച്ച് വയ്ക്കുന്നത് മറ്റാർക്കോ വേണ്ടിയാണ്. അതാരാവും? കോളജിലെ ഏതെങ്കിലും സുഹൃത്തുക്കൾ? പ്രണയമാണെന്ന് തെറ്റിദ്ധരിപ്പിച്ച ഏതെങ്കിലുമൊരുവൻ? അതുമല്ലെങ്കിൽ സഹപാഠികളായ ഏതെങ്കിലും പെൺകുട്ടികൾ തന്നെ അവരുടെ കാമുകന്മാരോ ആൺസുഹൃത്തുക്കളോ ആവശ്യപ്പെട്ടിട്ട്? അല്ലെങ്കിൽ ഇത്തരം വീഡിയോകൾ ശേഖരിക്കുകയും അപ്‌ലോഡ് ചെയ്ത് പണമുണ്ടാക്കുകയും ചെയ്യുന്ന ഏതെങ്കിലും മാഫിയാസംഘം...?

ഇടറിയ കാലുകളോടെ ഞാൻ ഫോണിനടുത്തേക്ക് നടന്നു. വഹാബിനോട് പറയാതിരിക്കാൻ എനിക്കാവുമായിരുന്നില്ല. പക്ഷേ ആ യന്ത്രമെടുത്തിട്ടും സംസാരിക്കാൻ ത്രാണിയില്ലാതെ ഫോൺ വച്ചു. വഹാബ് ഇത് കണ്ടിട്ടുണ്ടെങ്കിലും ഇല്ലെങ്കിലും അദ്ദേഹത്തോട് വിളിച്ചുപറയുന്നതിനുമുമ്പായി അവളുടെ കമ്പ്യൂട്ടറിൽനിന്നും ചിത്രം മായ്ക്കണമെന്ന് തോന്നിയതാണ് കാരണം.

കമ്പ്യൂട്ടറിൽ വീഡിയോ കണ്ടെത്തി നശിപ്പിച്ചത് ഞാനാണെന്ന് പറയാതിരുന്നാൽ അത് കണ്ടെത്തി ഒഴിപ്പിച്ചുകളഞ്ഞത് വഹാബാണെന്ന് ഭവാനി തെറ്റിദ്ധരിച്ചാലോ എന്ന ചിന്തയും അതിനെത്തുടർന്നുണ്ടായി. അങ്ങനെ ഒരു കാരണവശാലും സംഭവിക്കാതിരിക്കണമെങ്കിൽ വീഡിയോ കണ്ടെത്തിയതും കളഞ്ഞതും ഞാനാണെന്നുതന്നെ വെളിപ്പെടുത്തണം. അപ്പോഴും താൻ ചെയ്ത പ്രവൃത്തിക്ക് ഉചിതമായ കാരണം

നിരത്തി അവളെന്നോട് എതിരിട്ടാൽ എനിക്ക് മറുപടി പറയാനില്ലാതെയാവും.

മലം മുട്ടുന്നതുപോലെയും മൂത്രം തിക്കുന്നതുപോലെയും ദാഹിക്കുന്നതുപോലെയും പലവിധത്തിൽ എനിക്ക് സമ്മർദ്ദം അനുഭവപ്പെട്ടു. പക്ഷേ ആശ്വാസം കിട്ടാൻ ഇതിലേതുവേണമെന്ന് എനിക്കറിയില്ലായിരുന്നു. എന്തുചെയ്താലും വന്നുപെട്ട വിപത്തിൽനിന്നും സമാധാനം കിട്ടുകയില്ലെന്നുമാത്രം തോന്നി.

അപ്പോഴാണ് കുറച്ചുനാൾമുമ്പ് ഭക്ഷണമേശയിൽവച്ച് അവൾ പറഞ്ഞ ഒരഭിപ്രായം ഞാൻ ഓർത്തെടുത്തത്.

പത്രത്തിൽ കണ്ട ഏതോ പെൺകുട്ടിയുടെ ആത്മഹത്യയെക്കുറിച്ച് ഞങ്ങൾക്കിടയിൽ സംസാരമുണ്ടായപ്പോഴാണ് അത്. കാമുകനെന്നു നടിച്ചയാൾ ചിത്രീകരിച്ച രഹസ്യവീഡിയോ ചോർന്ന് ഇന്റർനെറ്റിൽ പ്രചരിച്ചതിനെത്തുടർന്നായിരുന്നു പെൺകുട്ടിയുടെ ആത്മഹത്യ. അപ്പോൾ ഭവാനി പ്രതികരിച്ചത് ഞാനോർത്തെടുത്തു.

"അതിനെന്തിനാ അമ്മാ മരിക്കുന്നത്? അത് നമ്മുടെ തന്നെയാണെന്നും നമ്മള് അറിഞ്ഞിട്ടാണെന്നും നേരെ പൊലീസിനോടും വീട്ടുകാരോടും പറഞ്ഞാപ്പോരേ? അപ്പോ ചതിച്ചവനുതന്നെ ശിക്ഷ കിട്ടുകയില്ലേ? അങ്ങനെയല്ലേ വേണ്ടത്?"

ആ തുറന്നുപറച്ചിലിനെ ഞാനും വഹാബും നിഷ്കളങ്കമായി കണ്ടു. അതിനപ്പുറം അവളുടെ കൂസലില്ലായ്മയെ തന്റേടമായി അഭിനന്ദിച്ചു. അന്നവസാനിച്ച വിഷയം ഇന്ന് വേറെ വിധത്തിൽ കുടുംബത്തിലേക്ക് കയറിവന്നിരിക്കുന്നു. അതാണ് ഇന്നുകാലത്ത് തോന്നിപ്പിച്ച തലവേദന.

അങ്ങനെയെങ്കിൽ, അതാണ് ഭവാനിയുടെ പക്ഷമെങ്കിൽ, ഇന്ന് ഞാൻ കണ്ട വീഡിയോയേയും അവൾ നിഷേധിക്കില്ല, പകരം ഭയപ്പെടുന്നതുപോലെ, അവളുടെ സ്വാകാര്യതയിൽ അതിക്രമിച്ചു കടന്ന ഞാൻ കുറ്റക്കാരിയാവുകയും ചെയ്യും. അവളോട് അതാവശ്യപ്പെട്ട ആൾ അവൾക്കുമുന്നിൽ വിശ്വസ്തനായിരിക്കുന്നിടത്തോളം കാലം തെറ്റ് ചെയ്തത് ഒരാൾമാത്രമാവും. കാരണം അവളുടെ പരമമായ സ്വാതന്ത്ര്യത്തിലേക്കാണ് ഞാൻ ചോദിക്കാതെ പ്രവേശിച്ചിരിക്കുന്നത്.

ലോകം വലുതാവുകയല്ല ഒന്നാവുകയാണ് ചെയ്യുന്നതെന്ന് എനിക്ക് തോന്നാൻ തുടങ്ങി. എല്ലാം വലിയൊരു ഒന്നിലേക്കാണ് എത്തിച്ചേരുന്നത്. അല്ലെങ്കിൽ മടക്കയാത്രയുടെ സുഖത്തിലാണ് നാമെല്ലാവരും. ആദിമകാലത്തെപ്പോലെ.... കടലിനും കരകൾക്കുമിടയിൽ ഇത്തിരിപ്പോന്ന സമതലങ്ങളിലും ഗിരിനിരകളിലും കഴിച്ചുകൂട്ടിയ അന്നത്തെ ആദിമമനുഷ്യരെപ്പോലെ... മനുഷ്യവർഗ്ഗത്തിനൊന്നാകെ ഒരേ നിയമം... ഒരേ ശരികൾ... ഒരേ വേഷം... ഒരേ രുചി...

ഇപ്പോൾ എന്നെ അലട്ടുന്നത് ഒരേയൊരു ചോദ്യം മാത്രമാണ്.

-ഇന്നു കണ്ടതെല്ലാം ഇപ്പോൾത്തന്നെ മറക്കണോ വേണ്ടയോ? ■

മത്തങ്ങാവിത്തുകളുടെ വിലാപം

വെടിയുണ്ടയേറ്റു മിക്കവാറും കരിഞ്ഞു കഴിഞ്ഞ ഗ്രാമമായിരുന്നു അത്. ഓരോ വീടിന്റേയും ഭിത്തികൾ കെട്ടിയ ഇഷ്ടികകളെ വെടിമരുന്നിന്റെ കരയിട്ട തുളകളാൽ അലങ്കരിക്കാൻ കഴിഞ്ഞിരുന്നു രണ്ടരദശകത്തോളമായി തുടരുന്ന ആഭ്യന്തരയുദ്ധത്തിന്. അവസാനം ഗ്രാമത്തിലെ മനുഷ്യരും വളർത്തുമൃഗങ്ങളെപ്പോലെ ഷെൽ ആക്രമണത്തിലും കുഴിബോംബിലും അവസാനിക്കുമെന്ന് കണ്ടപ്പോൾ എല്ലാവരേയും ഒഴിപ്പിക്കുകയായിരുന്നു. നറുക്കിട്ടപ്പോൾ അവർക്ക് കിട്ടിയത് തലയറ്റ കുറേയേറെ തെങ്ങുകളും മരക്കുറ്റികളും അവശേഷിക്കുന്ന മറ്റൊരു ഗ്രാമത്തിലെ വിദ്യാലയത്തിൽ പ്രവർത്തിച്ചുവരുന്ന അഭയകേന്ദ്രം.

തൊട്ടിലുകൾ. നാറുന്ന തുണികൾ വിരിച്ച തറകൾ. മൂത്രവും മലവും മണക്കുന്ന പരിസരങ്ങൾ. പക്ഷേ അതേ രക്ഷയുള്ളൂ എന്ന് സർക്കാർ പറയുമ്പോൾ ഒഴിപ്പിക്കപ്പെട്ട് എത്തിയ ഓരോരുത്തരും നിസ്സഹായരായി.

അവർ അയ്യായിരത്തോളം വരുമായിരുന്നു. ചെറിയ വിദ്യാലയത്തിലെ ആറ് കെട്ടിടങ്ങളിലും അനുബന്ധകാര്യാലയങ്ങളിലുമായി അയ്യായിരം ആളുകൾ. നിലവിളികളും തേങ്ങലുകളുമല്ലാതെ മറ്റേതെങ്കിലും ശബ്ദത്തെ അവിടെയുള്ളവർ കേൾക്കാനിഷ്ടപ്പെട്ടിരുന്നില്ല. അഥവാ ഭൂമിയിൽനിന്നും മറ്റുതരത്തിലുള്ള ശബ്ദമുണ്ടാക്കാൻ കഴിയുന്ന മനുഷ്യരെല്ലാവരും വിമതസേനയുടെയും സൈന്യത്തിന്റേയും വെടിയേറ്റു മരിച്ചുപോയെന്നായിരുന്നു അവർ അത്രയും നാളത്തെ ജീവിതത്തിലൂടെ വിശ്വസിക്കാനിഷ്ടപ്പെട്ടിരുന്നത്.

ആളൊഴിഞ്ഞ കെട്ടിടത്തിനുള്ളിലേക്ക് കാൽ വയ്ക്കുമ്പോൾ സുഷിരങ്ങൾ നിറഞ്ഞ അതിന്റെ ചുമരുകൾ എന്നെ തെല്ലും ഭയപ്പെടുത്തിയില്ല. അടുത്തനിമിഷം ആ കെട്ടിടത്തിനുനേരെ എവിടെനിന്നുവേണമെങ്കിലും ഷെൽവർഷമുണ്ടാകാം എന്ന ചിന്തയും അലോസരപ്പെടുത്തിയില്ല. ഭയപ്പെടുത്തുന്ന വിജനതയിൽ സ്വന്തം കാലടികളുണ്ടാക്കുന്ന കുഞ്ഞുശബ്ദത്തിന്റെ പോലും വലിയ മുഴക്കങ്ങളിൽ തകരാതെ ആളൊഴിഞ്ഞ വലിയ മുറിയുടെ മധ്യത്തിൽ ഞാൻ തനിയെ നിന്നു. എന്റെ ശ്വാസോച്ഛ്വാസത്തിന് തണുത്ത മുഴക്കംമാത്രം നിലനിർത്താനായി.

കതകടച്ചതിനുശേഷം പ്രത്യാശയോടെ ജനാലപ്പഴുതിലൂടെ പുറത്തേക്കുനോക്കി. വിദൂരമായി കടൽ കാണാം. വെളുത്ത പത നുരഞ്ഞു വരുന്ന തിരകളുള്ള നീലക്കടൽ. തീപാറുന്ന വെയിലിൽ പൊള്ളിക്കിടക്കുന്ന കടപ്പുറം. ഈ കെട്ടിടത്തിനും കുഴിബോംബ് അടയാളം വച്ച് വലിച്ചുകെട്ടിയ സൈന്യത്തിന്റെ മഞ്ഞറിബണിനും കടലിനും ഇടയിലായി തണൽമരങ്ങളുടെ ചരിഞ്ഞ കൂട്ടംമാത്രം. കുറേക്കൂടി അകലെ മാറിയാണ് വിദ്യാലയത്തിൽ പ്രവർത്തിച്ചിക്കുന്ന അഭയകേന്ദ്രം. പക്ഷേ ഇതായിരുന്നു ഞങ്ങൾക്കുപറ്റിയ ഇടം. അതുകൊണ്ടാണ് ഞാനീ സ്ഥലം തന്നെ തെരഞ്ഞെടുത്തത്.

കരിമ്പച്ചച്ചായം പൂശിയിട്ടുള്ള മരത്തിന്റെ ചട്ടമുള്ള ജനാലയുടെ ചെറിയ വിടവിലൂടെ വെളുത്ത പൂഴി തിളങ്ങുന്ന വഴിത്താര നന്നായി കാണാൻ കഴിയുന്നുണ്ട്. ആദ്യമായാണ് ഞാനീ കെട്ടിടത്തിനുള്ളിലേക്ക് പ്രവേശിക്കുന്നത്. സൈന്യം കണ്ടാൽ പിടിച്ചുകൊണ്ടുപോയി ചോദ്യം ചെയ്യും. ചിലപ്പോൾ തോക്ക് ഉപയോഗിച്ചുകളയും.

എന്തുതന്നെ സംഭവിച്ചാലെന്ത്?

അതൊന്നുമല്ല, സാറ വരുമോ എന്നതായിരുന്നു ആ സമയത്തെ എന്റെ ഉത്കണ്ഠ.

ഞാൻ നോക്കിനിന്നു. കലശലായി വിശക്കുന്നുണ്ട്. വയറുണ്ടാക്കുന്ന മൂളൽ ഇടയ്ക്കിടെ കേൾക്കാം. എങ്കിലും എവിടെനിന്നോ വരുന്ന ഇത്തിരിപ്പോന്ന ഒരാഹ്ലാദം എന്നെ ഞാനൊരു മനുഷ്യനാണെന്ന് ഓർമ്മിപ്പിക്കാൻ പ്രേരിപ്പിക്കുന്നുണ്ടായിരുന്നു. അതുംകൂടിയില്ലെങ്കിൽ... ഞാൻ... ഞാൻ മരണത്തിനു തയ്യാറെടുത്തുതന്നെ നിൽക്കുന്ന ലക്ഷങ്ങളിൽ ഒരുവൻ മാത്രമാകുമായിരുന്നു.

ഒരുപക്ഷേ ഈ പകലിൽത്തന്നെ വിമതരുടെ വെടിയേറ്റ് ഞങ്ങളെല്ലാം മരിച്ചേക്കാം. അല്ലെങ്കിൽ നാളെ രാത്രി. അതുമല്ലെങ്കിൽ മറ്റന്നാൾ... ചിലപ്പോൾ എല്ലാവരും മരിക്കുമായിരിക്കില്ല. അപ്പോൾ വീണ്ടും വേർപാടുണ്ടാകും. അച്ഛനും മക്കളും തമ്മിൽ... ഭാര്യയും ഭർത്താവും തമ്മിൽ... കളിക്കൂട്ടുകാർ തമ്മിൽ... ഒരിക്കൽ ശത്രുക്കളായിരുന്നവർ തമ്മിൽ... ആ വേർപാട് അന്തമില്ലാത്തതാകാം. വീണ്ടും വെടിവയ്പോ ബോംബേറോ സംഭവിക്കാം. മരണമോ അംഗവൈകല്യമോ വരാം. വീണ്ടും പറിച്ചെറിയപ്പെടാം. എന്നാണിതിന് അവസാനമെന്നുമാത്രം ചോദിക്കരുത്. അവസാനമില്ലാത്ത പോരാട്ടങ്ങളും പലായനവുമാണിത്. അതിനിടയിൽ ഇനിയും സംയോഗങ്ങളുണ്ടാകാം. സന്തതികളുണ്ടാകാം. മുലപ്പാലിനു പകരം മാറിലെ ചോര കുടിച്ച് കുഞ്ഞുങ്ങൾ വളർന്നേക്കാം. അമ്മമാരുടെ ചേലയോ അച്ഛന്മാരുടെ മുണ്ടുകളോ അല്ലാതെ പട്ടാളക്കാരുടെ കാൻവാസുകൾ കുട്ടികൾക്ക് തൊട്ടിലുകളായേക്കാം. ആ തൊട്ടിലുകളിൽ വെടിയുണ്ടകൾ പതിച്ചേക്കാം. അങ്ങനെ ചാകുന്ന കുഞ്ഞുങ്ങളുടെ അച്ഛനമ്മമാരും വീണ്ടും ജീവിക്കാൻ തയ്യാറെടുത്തേക്കാം.

രക്തച്ചൊരിച്ചിലും മരണങ്ങളും അവസാനിക്കുകയില്ല. പലായനവും. അതുകൊണ്ടുതന്നെ ജീവിതവും.

ഞാൻ പുറത്തേക്ക് നോക്കി. സാറ വരുന്നത് കാണാനില്ല.

അവൾ വരാതിരിക്കുമോ...?

എന്തിനുവരണം?

വരണമെന്ന് നിർബന്ധം ചെലുത്തുന്ന യാതൊന്നും ഇന്നവളുടെ ജീവിതത്തിലില്ല.

വിളിച്ചത് ഭക്ഷണമോ പാൽപ്പൊടിയോ വസ്ത്രമോ എണ്ണയോ സോപ്പോ കൊടുക്കാനല്ല. വിളിച്ചത് സ്വയരക്ഷയ്ക്ക് ആയുധം കൊടുക്കാനുമല്ല. ഒരു ചിരിപോലും കൈമാറാനാവുമെന്ന് തോന്നുന്നില്ല. ഒരുപക്ഷേ വാക്കുകളും.

എന്നാലും അവൾ വരില്ലേ... ഞാൻ സ്വയം ചോദിച്ചു.

ഇന്നു വന്നില്ലെങ്കിൽ...

മൂന്ന് മാസം മുന്നേ അവളുടെ പതിനൊന്നുവയസ്സുകാരൻ മകൻ പൊടിമണലിൽ കുഴിബോംബ് പൊട്ടി പ്രഭാതത്തോടൊപ്പം മരിച്ചുപോയ പോലെ ഒരുനാൾ അവളും... പറയാനാവില്ല. ആർക്കും പറയാനാവില്ല. സർക്കാരും ഒന്നും പറയുന്നില്ല. ആഭ്യന്തരയുദ്ധം അടിച്ചമർത്താൻ ലോകരാജ്യങ്ങളോട് ഇരന്നുകൊണ്ട് യുദ്ധത്തിലേർപ്പെട്ടിരിക്കുകയാണ് ഞങ്ങളുടെ രാജ്യം. കൊഴിയുന്ന പട്ടാളക്കാർക്ക് പകരക്കാരായി വിദ്യാർത്ഥികളെല്ലാം സൈന്യത്തിൽ ചേർന്നുകൊണ്ടിരിക്കുന്നു. അവർക്ക് ആറുമാസത്തെ പരിശീലനം മാത്രമേ കൊടുക്കുന്നുള്ളൂ. അത്രയേ കഴിയുന്നുള്ളൂ... അതുകഴിഞ്ഞാൽ അവരും പോർമുഖത്തേക്കാണ്. അങ്ങനെ എത്രനാൾ... എത്രപേർ...

ഞാൻ തറയിലേക്കിരുന്നു.

മുകളിൽ ആസ്ബറ്റോസ് മേഞ്ഞ മേൽക്കൂര. അതിൽ വലിയ വിടവ് കാണാം. നിലത്ത് ആൾപ്പെരുമാറ്റമില്ലാതായതിന്റെ പൊടിയും ചിതലുകളും. ഒരുതരം കരിനിറം എല്ലാത്തിനേയും ബാധിച്ചിട്ടുണ്ട്. എന്നാൽ ഞങ്ങളുടെ ഗ്രാമവും ഞങ്ങളുടെ ചർമവും സൂര്യവെട്ടം പോലെ തിളങ്ങിയിരുന്നതാണ്. ഒരുകാലത്ത്... പാടങ്ങളിൽ നെല്ലും ചോളവും ഗോതമ്പും വിളഞ്ഞിരുന്ന നാളുകളിൽ... അവയ്ക്കെല്ലാം നല്ല നിറമായിരുന്നു... ഇന്ന് എല്ലാം കറുത്തതായിരിക്കുന്നു. വെറും കറുപ്പ്.

സുരക്ഷാകേന്ദ്രത്തിൽ വച്ചു വിളമ്പാനായി സർക്കാർ തരുന്ന അരി കറുത്തനെല്ലിന്റേതാണ്. ചോറും കറുത്തിരിക്കും. ഉരുളക്കിഴങ്ങുകൾ കറുത്തതിനു കിട്ടിയ ഔദ്യോഗികവിശദീകരണം മണ്ണിൽ വീഴുന്ന ബോംബുകളിലെ രാസവസ്തുക്കൾ മണ്ണിനെ കരിയാക്കുന്നു എന്നാണ്. ശരിക്കും മണ്ണ് കിട്ടാൻ പതിന്നാല് അടിയോളം താഴ്ത്തി കുഴിക്കേണ്ടിയിരിക്കുന്നു. ഇപ്പോൾ കർഷകരുടെ പാടങ്ങൾ യുദ്ധമുഖത്തെ ട്രഞ്ചുകൾ

പോലെയാണ്. പതിനഞ്ചടി താഴ്ചയുള്ള കൃഷിപ്പാടങ്ങൾ. അതിലേക്ക് കയറിൽ തൂങ്ങിയിറങ്ങിയാണ് കർഷകർ കൃഷി നടത്തുന്നത്. മണ്ണ് അത്രയും താഴ്ചയിൽ മാത്രമേ ഉള്ളൂ... അതിൽത്തന്നെ കല്ലുകൾക്കിടയിൽ ഷെല്ലുകൾ തടയുമത്രേ.

സാറ വരാതിരുന്നേക്കാം. രണ്ട് മക്കളും മരണപ്പെട്ടതിന്റെ ദുഖം അവളിൽനിന്നും മാഞ്ഞിട്ടില്ലെന്ന് എനിക്കറിയാം. ആദ്യത്തെ കുട്ടി നേരിട്ടുള്ള ആക്രമണത്തിൽ ആറായിരത്തിലൊരാളായി മരിക്കുകയായിരുന്നു. ഛിന്നഭിന്നമായ മൃതദേഹമാണ് കിട്ടിയത്. അന്ന് ഞാനവളെ കാണാൻ അവളെ വിവാഹം കഴിച്ചയച്ച ഗ്രാമത്തിലേക്ക് പോയിരുന്നില്ല. വാർത്ത കേട്ടപ്പോൾ വ്യസനം തോന്നിയിരുന്നു. എന്റെ ഭാര്യ മരിച്ചപ്പോൾ തോന്നിയതിനേക്കാളും.

കരഞ്ഞില്ല. കുറേനേരം വെളിമ്പ്രദേശത്ത് പോയിരുന്നു. ആകാശം വെളുത്തു കിടക്കുന്നു. കിഴക്കൻ ചരിവിൽ മിസൈലുകൾ മിന്നുന്നത് കാണാം. ശബ്ദവും കേൾക്കാം. ആദ്യത്തെ കുട്ടിയെ സാറ ഗർഭമായിരുന്നപ്പോൾ ഞാൻ ദുഃഖിച്ചത് ഓർമ്മിക്കുന്നതിനുള്ള സന്ദർഭമായിരുന്നു അത്.

പണിയെടുത്തിരുന്ന പാടത്ത് നട്ടുച്ചവെയിലിൽ കുനിഞ്ഞുനിന്ന് മത്തങ്ങകൾക്ക് തടമെടുക്കുമ്പോഴായിരുന്നു വാർത്ത വന്നത്. ഗ്രാമസേവകൻ ആ വാർത്ത എന്നെ അറിയിച്ച വിധമായിരുന്നു ആ വാർത്തയുടെ സത്യാവസ്ഥയേക്കാൾ ക്രൂരവും ശോകം തിങ്ങിയതും.

“എടാ, നിന്റെ പെണ്ണിനെ അവൻ നന്നായി ഉപയോഗിക്കുന്നുണ്ട്.”

ഉയർത്തിയ മഴു മണ്ണിൽ താഴ്ത്താനാവാതെ ഞാൻ നിന്നു. എന്റെ മുതുകിലൂടെ വിയർപ്പ് താഴേക്കൊഴുകി. ഗ്രാമസേവകൻ പറഞ്ഞു.

“അവൻ മിടുക്കനാ.”

മത്തങ്ങാക്കുരു സൂക്ഷിച്ചുവച്ചിരുന്ന പാത്രത്തെ ഞാൻ നോക്കി. മണ്ണിലെറിയാനായി കാത്തുവച്ചിരുന്നതാണ്. അതങ്ങനെ തന്നെയിരിക്കുന്നു. അതിനെ ഒരിടത്ത് പാകിയില്ലെങ്കിൽ അതു മുളക്കില്ലെന്നറിയാം. പക്ഷേ മഴു മണ്ണിലേക്കിറക്കാൻ പറ്റുന്നില്ല.

മത്തങ്ങ വിളഞ്ഞു കഴിയുമ്പോൾ കുരു ശേഖരിച്ച് ഉപ്പിട്ടുണക്കി എണ്ണയിൽ വറുത്തുകഴിക്കുന്നത് നല്ലതാണ്. ഞങ്ങൾ വറുത്ത മത്തങ്ങക്കുരു കീശയിലിട്ടിട്ടേ നടക്കൂ. ഇടയ്ക്കിടെ അതെടുത്ത് ‘ടക്’ എന്ന് തോലടർത്തി വെന്ത വിത്ത് തിന്നും. നേരിയ വിത്ത്. പക്ഷേ ആ ഉപ്പുരസവും തോടിന്റെ പൊട്ടലും എല്ലാംകൂടി ഒരു രസമുണ്ട്.

അതും പറഞ്ഞിട്ട് ഗ്രാമസേവകൻ പോയി. ഞാനന്ന് പാടത്തിന്റെ കരയിലേക്കിരുന്നു. മറ്റു പണിക്കാർ ഉറച്ചമണ്ണിൽ മഴു ഉയർത്തിവെട്ടി പണിയെടുക്കുകയാണ്.

സാറയുടെ വിവാഹം കഴിഞ്ഞ് അവൾ ഭർത്താവിന്റെ പിന്നിലായി അയാളുടെ ഗ്രാമത്തിലേക്ക് നടന്നുപോയ ചിത്രം എനിക്ക് ഓർമ വന്നു.

അതൊരിക്കലും ഞാൻ മറക്കുകയില്ല. അന്ന് എനിക്കൊന്നും ചെയ്യാനാവുമായിരുന്നില്ല. മരിക്കാൻപോലും. അന്ന് കലാപവും ഇത്ര വ്യാപിച്ചിരുന്നില്ല.

അതേപോലെയാണ് ബോംബേറിൽ അവളുടെ പുത്രൻ നഷ്ടപ്പെട്ടു എന്നുകേട്ടപ്പോഴും എന്നിൽ സംഭവിച്ചത്. കരയാൻപോലുമായില്ല. അവളുടെ ദുഖം എനിക്കൂഹിക്കാൻ കഴിയുമായിരുന്നു. അതിനും മുന്നേ എന്റെ ഭാര്യയും കുഞ്ഞും മരിച്ചുപോയത് നിവൃത്തിയില്ലാതെ ഞാൻ താങ്ങിയിരുന്നു.

കറുത്ത പെട്ടികളിൽ ഗ്രാമത്തിൽ പൊതുദർശനത്തിനു വച്ച അറുപത്തിമൂന്ന് മൃതദേഹങ്ങളിലൊന്നായി അവരും കിടന്നു. അവരുടെ ഉടമ എന്ന നിലയിൽ ഞാൻ മറ്റൊന്നും ചെയ്യാനില്ലാതെ തലയ്ക്കൽ നിന്നു. ഇടയ്ക്ക് മൂക്കിൽ വിരലിട്ടു പൊറ്റ അടർത്തി. ഒരുപാട് പേർ ചുറ്റിനും നിന്ന് പടമെടുക്കുന്നുണ്ടായിരുന്നു. ഗ്രാമസേവകന്മാർ, ജനപ്രതിനിധികൾ, മന്ത്രിമാർ...

മരിച്ചവർമാത്രം ആരേയും കാണാനാഗ്രഹിക്കാതെ കണ്ണുകളടച്ച് കിടന്നു. എന്റെ മകളെങ്കിലും ഇടയ്ക്ക് കണ്ണുതുറന്നേക്കുമെന്ന് അവസാനമായി പെട്ടി അടയ്ക്കുന്നതുവരേയും ഞാൻ വിചാരിച്ചു. വിലാപയാത്ര പുറത്തേക്കു പോയപ്പോൾ ഞാൻ കരുതിയത് ഭൂകമ്പം വരുമെന്നാണ്. പെട്ടെന്ന് എല്ലാം കീഴ്മേൽ മറിച്ച് സംഭവിക്കുന്ന ആ ഭൂകമ്പത്തിൽ ജീവിച്ചിരിക്കുന്നവരും മൃതശരീരങ്ങളായി മാറും. പക്ഷേ നടക്കുന്നതെല്ലാം ഏതോ തമാശയാണെന്ന മട്ടിൽ പുതിയതായൊന്നും വരുത്തിവയ്ക്കാതെ കൂട്ട സംസ്കാരം നടന്നു. ആരോ കുറച്ച് കുടിവെള്ളം നീട്ടിയത് ആർത്തിയോടെ വാങ്ങിക്കുടിച്ചതോടെ എനിക്ക് വെളിവുവന്നു.

മുട്ടിലെഴുന്നേറ്റ് പഴുതിലൂടെ ഞാൻ പുറത്തേക്ക് നോക്കി. പൂഴി വെന്തു കിടക്കുന്ന വഴിത്താരയിൽ മരീചിക പൊങ്ങുന്നു. കുറേനേരം നോക്കി നിന്നപ്പോൾ കണ്ണുകൾ വേകുന്നതായി തോന്നി. നിലത്തേക്ക് കുന്തിച്ചിരുന്നിട്ട് മുഷിഞ്ഞ ചുമരുകളിലേക്ക് ഞാൻ നോട്ടം മാറ്റി.

ഞങ്ങൾ ജനിക്കുമ്പോൾ, ഞാനും സാറയും ഒന്നിച്ച് പള്ളിക്കൂടത്തിൽ പോകുമ്പോൾ, ഞങ്ങളുടെ ദേശത്തേക്കും വിമതസേനയുടെ ആക്രമണം വന്നുതുടങ്ങിയിരുന്നു. ഞങ്ങളുടെ നാട്ടിലായിരുന്നു ഒരു മന്ത്രിയുടെ വീടെന്നതായിരുന്നു ഒരു കാരണം, മറ്റൊന്ന് രാജ്യത്തെ ഏറ്റവും വലിയ ആപ്പിൾ തോട്ടവും മത്തങ്ങാകൃഷിയും ഇവിടെയായിരുന്നു എന്നതും.

മേലിലും ഒരുമിച്ചു ജീവിച്ചുകൊള്ളാമെന്ന് ഏഴാംവയസ്സിൽ ചുണ്ണാമ്പുകല്ലുകൾക്കിടയിലെ ഗുഹാദേവതയെ സാക്ഷിയാക്കി ഉറക്കെ ഒരു പ്രതിജ്ഞ ഞങ്ങൾ തമ്മിലെടുത്തത് അക്കാലത്താണ്. നിർത്താതെ പൊട്ടിച്ചിരിച്ചുകൊണ്ടാണ് ഞങ്ങളാ പ്രതിജ്ഞ ചൊല്ലിയത്. എന്നിട്ട് വീടുകളിലേക്ക് നാണത്തോടെ ഓടിപ്പോയി. പിന്നീട് പതിനാലാം വയസ്സിലും ഞങ്ങൾ അതേ ദേവതയുടെ മുന്നിൽപ്പോയി നിശ്ശബ്ദമായി പ്രതിജ്ഞ

പുതുക്കി. അപ്പോഴേക്കും ഞങ്ങൾ അത് അനുസരിച്ചുതുടങ്ങിയിരുന്നു. അതിനാൽ ദേവത കേൾക്കാൻമാത്രം ഉറക്കെ പറയേണ്ട ആവശ്യമുണ്ടായിരുന്നില്ല. വീണ്ടും ഏഴ് വർഷത്തിനുശേഷം പ്രതിജ്ഞ പുതുക്കാമെന്നായിരുന്നു ഞങ്ങളുടെ ധാരണ. അതുകഴിഞ്ഞാൽ സാധിക്കുന്ന സന്ദർഭത്തിൽവച്ച് എല്ലാവരോടുമാലോചിച്ച് വിവാഹിതരാകാമെന്നും.

പക്ഷേ പിന്നീട് അഞ്ച്‌വർഷം മാത്രമേ സാറയ്ക്ക് എന്റെകൂടെ സംസാരിച്ചുനടക്കാനും പാടത്തുവന്നിരിക്കാനും സാധിച്ചുള്ളൂ.

"എന്റെ വിവാഹം അവർ നിശ്ചയിക്കുകയാണ്."

സാറ എന്നോട് പറഞ്ഞു.

മത്തങ്ങ പൊളിച്ച് വിത്തുകൾ ശേഖരിക്കുകയായിരുന്ന ഞാൻ ഞെട്ടലോടെ തലയുയർത്തി. പിന്നെ എഴുന്നേറ്റു.

"നിന്റെ പഠിത്തം തീർന്നില്ലല്ലോ. നമ്മൾ കണക്കുകൂട്ടിയയത്രയും കാലം ആയിട്ടുമില്ല."

"ഗ്രാമസേവകൻ പറയുന്നത് നശീകരണം വ്യാപിക്കുംമുന്നേ എല്ലാവരും കല്യാണം കഴിക്കണമെന്നാണ്. അല്ലെങ്കിൽ..."

"അല്ലെങ്കിൽ...?"

"വംശം കലങ്ങിപ്പോയേക്കുമത്രേ."

ഞാൻ നിശ്ശബ്ദനായി.

രണ്ട് അയോഗ്യതകൾ എനിക്കുണ്ടായിരുന്നു. ഒന്നാമത്തേത് യുദ്ധ ഭീഷണി നിലനിൽക്കുന്ന ഗ്രാമത്തിലാണ് സാറയും ഞാനും ജീവിക്കുന്നത്. അവളെ പാർപ്പിക്കാൻ ഗ്രാമത്തിനുപുറത്തൊരു സുരക്ഷിതകേന്ദ്രം എനിക്കില്ല. അതിനാൽ കലാപം പടരാനിടയില്ലാത്ത ഒരിടത്തേക്ക് ആയുസ്സ് രക്ഷിക്കാനായി അവളെ അയയ്ക്കാനുള്ള രക്ഷിതാക്കളുടെ ആഗ്രഹത്തിൽനിന്നും അവളേയോ അവരെയോ തടയാൻ എനിക്ക് നിവൃത്തിയുണ്ടായിരുന്നില്ല. രണ്ടാമത്തേത് ഞാൻ ഏതു നിമിഷവും സൈന്യത്തിൽ ചേരാൻ സാധ്യതയുള്ള ഒരുവനാണ് എന്നതായിരുന്നു. അതിനുള്ള കാരണം പള്ളിക്കൂടത്തിൽ വച്ച് വിദ്യാർത്ഥിവിഭാഗം കേഡറ്റുകളിലൊരാളായിരുന്നു ഞാൻ എന്നതും.

രണ്ടും വലിയ അബദ്ധങ്ങൾ മാത്രമായി അവശേഷിച്ചു. കലാപം പടരുകയും അവളെ വിവാഹം കഴിപ്പിച്ചയച്ച ഗ്രാമത്തെ ആദ്യമേതന്നെ ചാമ്പലാക്കുകയും ചെയ്തു. ഒരിക്കൽപ്പോലും എന്നോട് സൈന്യത്തിൽ ചേരാൻ നിർബന്ധിച്ച് അധികൃതരിൽനിന്നും ഒരു കടലാസുപോലും ഗ്രാമത്തിലെത്തിയതുമില്ല.

അങ്ങനെയാണ് അന്നവളുടെ വിവാഹം നടന്നത്.

ഇപ്പോൾ, ഒരുപാട് വർഷങ്ങളുടെ വിടവിനുശേഷം, കലാപം ഞങ്ങളെ ഒരുമിച്ച് ഒരിടത്താക്കിയിരിക്കുകയാണ്. ഇങ്ങോട്ടുള്ള പട്ടാളവണ്ടിയിൽ

99

കൈയിൽ കിട്ടിയ സാധനങ്ങളുമെടുത്ത് കയറിപ്പോരുമ്പോൾ ഇവിടെ ഈ അഭയകേന്ദ്രത്തിൽ സാറയുണ്ടാകുമെന്ന് ഞാനൊരിക്കലും വിചാരിച്ചിരുന്നില്ല. അങ്ങനെ വിചാരം വന്നാലും അതിനെ ആട്ടിയകറ്റാനുള്ള പാകത കാലമെനിക്ക് സമ്മാനിച്ചു കഴിഞ്ഞിരുന്നു.

കാലമെന്നല്ല പറയേണ്ടത്... കലാപങ്ങൾ.

ഞാൻ മുകളിലേക്ക് നോക്കി. ആസ്ബറ്റോസ് തുളച്ചുകളഞ്ഞത് എന്നുവീണ ബോംബായിരിക്കും?

ഇത് വിമതരുടെ ഒളിഗ്രാമമായിരുന്നു എന്നു കേട്ടിട്ടുണ്ട്. അവസാനമാണത്രേ സൈന്യത്തിന് അതു മനസ്സിലായത്. തുടർന്നു മുന്നാഴ്ച നീണ്ടുനിന്ന പോരാട്ടത്തിനൊടുവിൽ വിമതരെയും ചെറുത്തുനില്പിന് സഹായിച്ച ഗ്രാമീണരേയും നുള്ളിക്കളഞ്ഞ് സൈന്യം ഗ്രാമം പിടിച്ചടക്കി. വിമതരെ അനുകൂലിച്ചിരുന്ന ഗ്രാണീണരെ പട്ടാളം തുടച്ചുകളഞ്ഞു. അങ്ങനെ അവശേഷിച്ചതാണ് ഈ കെട്ടിടം. ഇപ്പോഴും സൈന്യത്തിന്റെ നിരീക്ഷണത്തിലിരിക്കുന്ന കെട്ടിടം. കുറച്ചകലെയുള്ള അഭയകേന്ദ്രവും ഈ കെട്ടിടവും ചുറ്റി എപ്പോഴും സൈനികരുണ്ട്.

ഇരമ്പം ഉയർന്നു. നിരീക്ഷണയന്ത്രപ്പക്ഷിയുടെ വരവാണ്. അതോ വിമതരുടെ ആക്രമണമോ? ഞാൻ മുട്ടുകാലിൽനിന്നിട്ട് ജനാലപ്പഴുതിലൂടെ ശ്രദ്ധിച്ചു. പുറത്ത് പൊള്ളിക്കിടക്കുന്ന പൂഴിപ്പറമ്പ്. ഘോരശബ്ദം അടുത്തെത്തി. സാറ വരുംമുന്നേ ഇന്നിവിടമായിരിക്കുമോ ശവപ്പറമ്പാകുക?

ഞാൻ ഭയന്നു. പക്ഷേ മറ്റൊന്നും ചെയ്യാനില്ലായിരുന്നു.

ആസ്ബറ്റോസിനിടയിലെ ആകാശം കാണുന്ന തുളയിലൂടെ നോക്കി. സൈന്യത്തിന്റെ നിരീക്ഷണ ഹെലികോപ്റ്ററായിരുന്നു. നീലനിറത്തിൽ അത് കടന്നുപോയി. ശബ്ദവും അകന്നു. ഞാൻ തറയിലേക്കിരുന്നു. വെറുതെ കീശയിൽ പരതി. ഉപ്പിട്ടുണക്കിയ ഒരു മണി വിത്തുപോലും ഇല്ല. വെറുതെ വായിലിട്ട് ഞെരിക്കാൻ ഒരു മത്തങ്ങാവിത്തുപോലുമില്ലാത്ത കാലം.

അറ്റം കീറിയ കാലുറകളോടെ കാലുകൾ നിലത്തേക്ക് നീട്ടിവച്ചു.

അപ്പോൾ കതകിനുപുറത്ത് ഏതോ നിഴൽ മാറുന്നത് കണ്ടു. പകച്ചുപോയ ഞാൻ കതകിനടുത്തേക്ക് ഇഴഞ്ഞുചെന്നു. എന്റെ ഹൃദയം അതിനെ പൊതിഞ്ഞിരിക്കുന്ന ഇത്തിരിത്തൊലിയോടെ നിലത്തടിച്ചു. പറ്റിക്കിടന്ന് വിടവിലൂടെനോക്കി. പുറത്ത് സാറയുടെ പച്ചക്കുപ്പായത്തിന്റെ നിറം മനസ്സിലായപ്പോൾ എന്തെന്നില്ലാത്ത ആശ്വാസമായി. ഞാനെഴുന്നേറ്റിട്ട് കതക് മെല്ലെ തുറന്നു. അവൾ അതിലൂടെ അകത്തേക്കു കയറിവന്നു.

ഞാൻ സാറയെ നോക്കി. മൃതശരീരത്തിന്റെ മുഖം പോലെയിരുന്നു അത്. വിളറിയ കവിളുകൾ. ചോരമയമില്ലാത്ത കണ്ണുകൾ. ചുവപ്പു ചത്ത ചുണ്ടുകൾ. നരച്ചതെന്നോ മുഷിഞ്ഞതെന്നോ പറയാനാവാത്ത മുടി.

കീറിപ്പഴഞ്ചനായ കുപ്പായവും ജീൻസും. ഏറെക്കുറേ അതുതന്നെയായിരുന്നു എന്റെ പ്രകൃതവും. അല്ലെങ്കിൽ അഭയകേന്ദ്രത്തിലെ ഓരോരുത്തരും അങ്ങനെതന്നെയായിരുന്നു.

"നീയിങ്ങു വരുന്നത് മൂപ്പര് കണ്ടോ...?"

ആവശ്യമില്ലാത്ത ഒരുത്കണ്ഠയോടെ ഞാൻ ചോദിച്ചു.

"കണ്ടെന്നു തോന്നുന്നു."

നിർവ്വികാരമായി അവൾ പറഞ്ഞു.

കഴിഞ്ഞ മൂന്നു ദിവസമായി സാറയോട് ഞാൻ പറയുന്നതാണ് എനിക്കൊന്ന് കെട്ടിപ്പിടിച്ചു കിടക്കണമെന്ന്. അങ്ങേയറ്റത്തെ ക്ഷമയോടെയും സഹനത്തോടേയും തീരെ ക്ഷോഭമില്ലാതെയുമാണ് അവളത് കേട്ടത്. അഭയകേന്ദ്രത്തിലെ മരണം കാത്തിരിപ്പിനിടയിൽ എച്ചിൽപ്പാത്രം കഴുകുന്നതുപോലെ ഒരു കർമ്മം.

മൂന്നുദിവസം ഇക്കാര്യം ആവർത്തിച്ചപ്പോഴും അവളൊന്നും മറുപടി പറഞ്ഞിരുന്നില്ല. അവളുടെ ഭർത്താവ് ചോറു വാങ്ങാനുള്ള വരിയിൽ നിൽക്കുമ്പോഴോ വെള്ളത്തിനുള്ള വരിയിൽ നിൽക്കുമ്പോഴോ ആയിരുന്നു ഞങ്ങളുടെ ഈ സംസാരമെല്ലാം.

അങ്ങേർക്കറിയാമായിരുന്നു എന്നെ. ഇവിടെ വച്ച് ആദ്യമായി കണ്ടപ്പോൾ അതുവരെ തുടർന്നിരുന്ന സംശയവും വെറുപ്പും മാറ്റിവച്ച് യാതൊരു അപരിചിതത്വവും അകൽച്ചയും ഇല്ലാതെ എന്നാണ് വന്നതെന്ന് എന്നോട് ചോദിക്കുകയും ചെയ്തിരുന്നു. പിന്നീട് എന്റെ ഭാര്യയുടേയും മകളുടേയും മരണത്തെപ്പറ്റി അന്വേഷിക്കുകയും അതിൽ വിഷമം പറയുകയും ചെയ്തു. അങ്ങേർ ഇടയ്ക്കിടെ വായിലൂടെ സിഗരറ്റ് പുക വരുന്ന എന്നോ മരിച്ച മനുഷ്യനാണെന്നാണ് എനിക്കപ്പോൾ തോന്നിയത്. പിന്നീട് ഞാനോർത്തു, എന്നെക്കാൾ അല്പംകൂടി ദൈവത്തിന്റെ കാരുണ്യം ലഭിച്ചിട്ടുള്ളവനാണ് താനെന്ന ഉത്തമബോധ്യത്തിലായിരിക്കാം അങ്ങേരെന്നോട് ശത്രുതയോ അകൽച്ചയോ കാണിക്കാത്തത്. ഞാൻ തനിച്ചായിയെന്ന് അങ്ങേർ കേട്ടിട്ടുണ്ടായിരുന്നിരിക്കും.

പിന്നെ മൂപ്പരും സാറയും ഞാനും പലപ്പോഴും മുഖാമുഖം കണ്ടു. ഒരേ കേന്ദ്രത്തിലെ തിരക്കും സംഘർഷവുമില്ലാത്ത ഇരവുപകലുകളിൽ കണ്ടുമുട്ടലുകൾക്ക് കണ്ടുമുട്ടാതിരിക്കുന്നിടത്തോളം തന്നെ പ്രസക്തിയുണ്ടായിരുന്നതിനാൽ അതെല്ലാം എളുപ്പമായി. ചിലപ്പോൾ മൂപ്പരെന്നോട് തണുത്തുമരവിച്ച സ്വരത്തിൽ പറഞ്ഞു.

"അവിടെ സാറയുണ്ട്..."

അല്ലെങ്കിൽ അറിയിച്ചു.

"വല്ലാത്ത വിഷമത്തിലാണവൾ. ഇന്നൊന്നും കഴിച്ചിട്ടില്ല."

ചിലപ്പോൾ പുഞ്ചിരിച്ചു.

“സിഗരറ്റ് ഉണ്ട്. വേണമെങ്കിൽ പാതി തരാം.”

അതൊക്കെത്തന്നെ മൂപ്പർ സാറയോടും പറഞ്ഞിട്ടുണ്ടാവാം.

ഞാൻ ഭിത്തി ചാരിനിന്നു. വിരലുകൾ തമ്മിൽ കോർത്തുകൊണ്ട് നിലത്തുനോക്കി സാറയും നിന്നു. ഒന്നും പറഞ്ഞില്ല. അകത്ത് വെളിച്ച മുണ്ടായിരുന്നു. എന്നാലും ഇരുളായിരുന്നു. നിഴലുണ്ടെങ്കിലും തണുപ്പ് തീരെയുണ്ടായിരുന്നില്ല. ഇരിക്കുകയാണോ നിൽക്കുകയാണോ വേണ്ടതെന്ന് ചിന്തിച്ചുകൊണ്ട് വളരെ ഗൗരവമുള്ള എന്തോ ആണ് ആലോചിക്കുന്നതെന്ന് ഭാവിക്കാൻ ശ്രമിക്കുകയായിരുന്നു ഞങ്ങളി രുവരും. പക്ഷേ അതിൽ ഗൗരവമുള്ള യാതൊന്നുമില്ലെന്ന് ഞങ്ങൾക്കറി യാമായിരുന്നു.

അവളുടെ മുഖത്ത് അവളുടെ കുഞ്ഞുങ്ങളില്ലാത്ത ലോകം ശോക മായി കിടന്നു. എന്റെ മുന്നോട്ടുവളഞ്ഞ ദേഹത്തിൽ എന്നിൽനിന്നും വേർപെട്ടുപോയതിന്റേയെല്ലാം അവശിഷ്ടങ്ങൾ മങ്ങി.

“പാവമാണ് മൂപ്പര്...”

ആവശ്യമില്ലാത്ത പ്രസ്താവനയായി ഞാൻ പറഞ്ഞു.

അവൾ ശബ്ദിച്ചില്ല. കുറേക്കഴിഞ്ഞ് ഞാൻ പൂർത്തിയാക്കി.

“എന്റെ മനസ്സിൽ ഇപ്പോ തോന്നുന്നതും പാപമായിരിക്കാം.”

അതിനും അവൾ മറുപടി പറഞ്ഞില്ല. എന്നെ നോക്കിയതുമില്ല.

ഞാൻ വളരെ വിഷമിച്ചു ബാക്കികൂടി പറഞ്ഞു.

“എപ്പോ വേണേലും... ഷെല്ലോ വെടിയുണ്ടയോ പാഞ്ഞുവരാം...”

അതുകേട്ടപ്പോൾ സാറ ഇട്ടിരുന്ന പച്ചയുടുപ്പ് തലവഴിയേ ഊരി യെടുത്തു. മുപ്പത്തിയാറു വയസ്സിന്റേയും ജീവിച്ച ജീവിതത്തിന്റേയും വലുപ്പം പലതരം ഭാരങ്ങളായി അവളുടെ ശരീരത്തിൽ സംഭരിക്കപ്പെട്ടി രിക്കുന്നത് ഞാൻ കണ്ടു.

സാറ എന്നെ നോക്കി. അവളുടെ കണ്ണുകൾ ചത്ത മീനിന്റെ കണ്ണുകൾപോലെ കാണപ്പെട്ടു. കവിളുകൾ ചുണ്ണാമ്പുകല്ലുകൾ പോലെയും.

ഇന്നുകാലത്താണ് മൂന്നാംകെട്ടിടത്തിലെ അവരുടെ വാസസ്ഥല ത്തേക്ക് ഞാൻ കയറിച്ചെന്നത്. സൈനികരും ചില അന്തേവാസികളും തമ്മിൽ സംസാരിക്കുന്നുണ്ടായിരുന്നു. ഉച്ചഭക്ഷണപ്പൊതി കാത്തിരിക്കുന്ന സ്ത്രീകൾ കാലിലെ ഞരമ്പുകളിൽ വെറുതെ വെള്ളം പുരട്ടി തടവുന്നു ണ്ടായിരുന്നു. കുട്ടികൾ മുതിർന്നവരെപ്പോലെ വലിയ ഉടുപ്പുകൾക്കു ള്ളിൽ കയറിക്കൂടി അങ്ങുമിങ്ങും ചലിക്കുന്നുണ്ടായിരുന്നു. ആകെക്കൂടെ അഭയകേന്ദ്രം ഉറങ്ങിയ മട്ടിലായിരുന്നു. അപ്പോഴാണ് ഞാൻ ചെന്നത്.

സാറ അവളുടെ ഇരുമ്പ്പെട്ടിയിൽ പാതിദേഹം ചരിച്ചുവച്ച് കിടക്കു കയായിരുന്നു. ഉറങ്ങുകയായിരുന്നില്ല. അവളുടെ ഭർത്താവ് പുറത്തായി

ഇട്ടിരിക്കുന്ന ഒരു ചൂടിക്കട്ടിലിൽ രണ്ടുമൂന്നുപേരോട് സംസാരിച്ചിരിക്കുന്നത് ഞാൻ കണ്ടിരുന്നു. അങ്ങേരും എന്നെ കണ്ടിരുന്നു. എന്നിട്ടും ഇമപോലും എനിക്കായി അനക്കിയില്ല.

ഞാൻ സാറയുടെ അടുത്തായി വെറുതെയിരുന്നു. അവളൊന്നും പറഞ്ഞില്ല. ഞാനൊന്നും ചോദിച്ചതുമില്ല. കുറേക്കഴിഞ്ഞപ്പോൾ അവൾ വരണ്ട ചുണ്ടനക്കി.

"ഉപ്പുമാവ് ബാക്കിയിരിക്കുന്നുണ്ട്. വേണോ?"

ഇരുമ്പുപെട്ടിയുടെ പിന്നിലായിരിക്കുന്ന അലുമിനിയപ്പാത്രം കാലത്തു കിട്ടിയ ഉപ്പുമാവിന്റേതായിരിക്കുമെന്ന് ഞാനൂഹിച്ചു.

"ഇപ്പോ ഇവിടെവച്ചു വേണ്ട..."

പക്ഷേ എനിക്ക് വിശക്കുന്നുണ്ടായിരുന്നു. കലാപം തുടങ്ങിയ നാൾ മുതൽ ശമിക്കാതെ തുടരുന്ന വിശപ്പ്.

പക്ഷേ അവൾക്കൊപ്പം ഉപ്പിട്ട ചായ കുടിക്കാനുള്ള ആഗ്രഹം എന്റെയുള്ളിൽ കലശലായി നിലകൊണ്ടു. ഒരുകാലത്ത് ഞാനതാണ് ഏറ്റവും കൂടുതൽ കണ്ടിട്ടുള്ള സ്വപ്നം. നാരങ്ങാ പിഴിഞ്ഞ കട്ടൻചായയുമായി ഞാനും സാറയും സന്തോഷത്തോടെ സംസാരിച്ചുകൊണ്ട് ചന്ദ്രോദയങ്ങളെ സ്വീകരിക്കുന്നത്.

ഞാൻ വിളിച്ചു.

"സാറ..."

അവൾ നോക്കി.

"അങ്ങോട്ട് വരുമോ, ആ ഉപേക്ഷിക്കപ്പെട്ട കെട്ടിടത്തിലേക്ക്...?"

അവളൊന്നും പറഞ്ഞില്ല. കുറേനേരം കൂടി കാത്തിട്ട് ഞാൻ ഇറങ്ങി നേരെ ഇങ്ങോട്ടുനടന്നുപോന്നു. അപ്പോഴും അവളുടെ ഭർത്താവ് ചൂടിക്കട്ടിലിൽ ഇരിക്കുന്നുണ്ടായിരുന്നു.

എന്റെ മുന്നിൽ തൂണുപോലെ നിൽക്കുന്ന സാറയെന്ന സ്ത്രീയെ ഞാൻ നോക്കി. പണ്ട് പിഞ്ചുമത്തങ്ങകൾ പോലെ കിടന്നിരുന്ന മാറിടമിപ്പോൾ കറുത്ത ബ്രായുടെയുള്ളിൽ രൂപമില്ലാതെ അമർന്നു കിടക്കുന്നു. ഒരു വലിയ ചാക്ക് ധാന്യം നിറച്ചപോലെയുള്ള വയർ. മില്ലിലെ ചോളപ്പൊടി വരുന്ന തുണിപ്പാത്തിപോലെ തുടകൾ. നീരുണ്ടെന്നു തോന്നിപ്പിക്കുന്ന പാദങ്ങൾ. വീക്കമുള്ള കാൽമുട്ടുകൾ. സാറ മടിക്കാതെ ജീൻസും അഴിച്ചെടുത്ത് ജനാലപ്പടിയിൽ വച്ചു.

ഞാൻ സാറയുടെ അടുത്തേക്ക് ചേർന്നുനിന്നു. എന്റെ മനസ്സിലൂടെ ഞങ്ങൾ പ്രതിജ്ഞയെടുത്ത് ജീവിച്ചിരുന്ന കാലം മെല്ലെ മെല്ലെ നിരങ്ങാൻ തുടങ്ങി. അത് ഞാനൊരു ആണായതുകൊണ്ടാണെന്നും സാറ അപ്പോൾ അത്തരം കാര്യങ്ങളൊന്നും ആലോചിക്കുന്നതേയുണ്ടാവില്ലെന്നും ഞാൻ മനസ്സിലോർത്തു.

എന്നിട്ടും ഞാൻ അരയിൽനിന്നും കാലുറയുടെ കെട്ടഴിച്ച് താഴേക്ക മർത്തി. എനിക്കത് ആവശ്യമാണെന്ന് തോന്നുന്നുണ്ടായിരുന്നില്ല. ഒരു പക്ഷേ ഒരു വാശിപോലെയായിരുന്നു. അതുമല്ലെങ്കിൽ മറ്റൊന്നും ചെയ്യാ നില്ലാതെ വന്നപ്പോഴുള്ള ഒരുതരം തമാശ. കാലുറ എന്റെ മെല്ലിച്ച കാലു കളിലൂടെ ഇറങ്ങി പാദങ്ങൾക്കു ചുറ്റും പാശമായി കിടക്കുന്നത് ഞാന റിഞ്ഞു. എട്ട് എന്നെഴുതിയപോലെയുള്ള ആ സംഖ്യയുടെ വൃത്തങ്ങളിൽ നിന്നും കാലൂരിയെടുത്ത് സാറയുടെ സമീപത്തായി കൂടുതൽ ചേർന്നു നിന്നു. അപ്പോഴവൾ എന്നെത്തൊടാതെ നിലത്തേക്കിരുന്നു. കാലുകള കത്തി പിന്നിലേക്ക് കൈകൾ കുത്തി. എന്നിട്ട് എന്നെ നോക്കി. അവള തിന് തയ്യാറായിരുന്നു.

ഞാനും നിലത്തേക്കിരുന്നു.

ഞങ്ങൾ അങ്ങനെ മുഖാമുഖമിരുന്നു. അവളുടെ മുഖം അപ്പോഴും മരവിച്ച മൃതദേഹത്തിന്റേതുപോലെയിരുന്നു. എന്റെ മുഖഭാവവും അതേ ഭാഷതന്നെ അവളോട് സംസാരിച്ചിട്ടുണ്ടാവുമെന്ന് ഞാനൂ ഹിച്ചു.

ജാലകവെളിച്ചം അവളുടെ ശരീരത്തിനഭിമുഖമായിരുന്നതിനാൽ അവളുടെ ശരീരം കൽക്കരിപോലെ കറുത്തതാണെന്ന് ഞാൻ മനസ്സി ലാക്കി. പണ്ടത് കനൽക്കട്ട പോലെ ജ്വലിക്കുന്നതായിരുന്നു. എന്റെ ദേഹം കത്തിക്കരിഞ്ഞ വിറകുകൊള്ളിപോലെ അവൾക്കും തോന്നുന്നു ണ്ടാവണം.

ഇല്ല. അവൾ ഒന്നുമോർക്കുന്നില്ല. അവൾ ആസ്ബറ്റോസിന്റെ വിട വിലേക്ക് കണ്ണുനട്ട് കിടക്കുകയാണ്. അവളുടെ വായ അല്പം പിളർന്നി ട്ടുണ്ട്.

സാറയുടെ ദേഹത്തിലേക്ക് എന്റെ ദേഹത്തെ എടുത്ത് കിടത്തണ മെന്ന് തോന്നിയപ്പോൾ ഞാനത് ചെയ്തു. അവളുടെ ദേഹത്തിനുമീതെ അതേപോലുള്ള മറ്റൊരു ദേഹമായി നിശ്ചലം ഞാൻ കിടന്നു.

മുറിയിൽ വേണ്ടത്ര വെളിച്ചമുണ്ടായിരുന്നു. പക്ഷേ അത് പ്രസന്ന മായ വെളിച്ചമായിരുന്നില്ല. മുറിയിൽ ആസ്ബറ്റോസിന്റെ നിഴലുണ്ടായി രുന്നു. പക്ഷേ അതിനൊരിക്കലും ശരീരങ്ങളെ ശാന്തമാക്കാൻ പോന്ന തണുപ്പുണ്ടായിരുന്നില്ല. പുറത്തെ വെന്തുകിടക്കുന്ന പൂഴിപ്പരപ്പിന്റെ താപം അകത്തേക്കടിച്ചു കയറുന്നുണ്ടായിരുന്നു.

ഞങ്ങളുടെ കണ്ണുകളിൽനിന്നും കണ്ണുനീർ പുറത്തേക്കൊഴുകി.

■

www.ingramcontent.com/pod-product-compliance
Lightning Source LLC
LaVergne TN
LVHW041534070526
838199LV00046B/1672
* 9 7 8 9 3 8 6 4 4 0 9 2 1 *